Maangamizi!
*Simulizi za Mwanahabari Kuhusu Dhuluma
za Utawala wa Moi
(1986-1989)*

♦

Njuguna Mutonya

♦

Kimetafsiriwa kwa Kiswahili na

Kitula King'ei

♦

JC Press
♦

♦

Tafsiri hii ya Kiswahili ilichapishwa mara ya kwanza 2012
na JC Press
jcpressbook@yahoo.com

© 2012 JC Press (Tafsiri ya Kiswahili).

Namba ya ISBN: 978-0-9543960-6-0

Haki zote zimehifadhiwa.

♦

© 2010 Njuguna Mutonya
Crackdown! A Journalist's Personal Story of Moi Era Purges (1986-1989)
Kilichapishwa mara ya kwanza na JC Press 2010.

♦

Haki zote zimehifadhiwa. Hapana sehemu yoyote ya kitabu hiki ambayo inaweza kunukuliwa, kutafsiriwa, kuhifadhiwa kwa njia yoyote ili kutumika baadaye ama kusambazwa kwa njia yoyote bila ya idhini iliyoandikwa kutoka kwa wachapishaji.

♦

Yaliyomo

♦

Kitangulizi..2
Sura ya Kwanza: Waliponijia: Aprili 28, 198.............8
Sura ya Pili: Seli za Chini ya Ardhi.....................20
Sura ya Tatu: Kuhojiwa..................................25
Sura ya Nne: Jasusi TJ..................................31
Sura ya Tano: Korokoro Zilizojaa Maji...................39
Sura ya Sita: Muda Mrefu Gizani........................45
Sura ya Saba: Toba......................................52
Sura ya Nane: Kiongozi wa Mashtaka na Hakimu.......62
Sura ya Tisa: Kujifunza Maisha ya Jela..................71
Sura ya Kumi: Katika Jela ya Kamiti.....................76
Sura ya Kumi na Moja: Kunyongwa kwa wafungwa...83
Sura ya Kumi na Mbili: Krisimasi katika Jela ya Kamiti 89
Sura ya Kumi na Tatu: Jela ya Shimo la Tewa..........95
Sura ya Kumi na Nne: Sudi.............................105
Sura ya Kumi na Tano: Kwenda Nyumbani...........111
Kimalizio..122

♦

Tabaruku

♦

Ningependa kukitabaruku kitabu hiki kwa mke wangu Susana kwa kuwa na imani nami pale ambapo wengine hawangeweza kufanya hivyo, na kwa kunipa amani na fursa ya kujisaka na kuyafahamu maisha yangu na uwezo wangu. Pia namtabarukia binti yangu Barbara na mwanangu wa kiume Sean kwa kunihimiza niendelee kupambana. Kwa mamangu Njoki wa Mutonya aliyesimama kidete na kunitetea hadharani na marehemu babangu, Mutonya wa Njuguna, aliyeuelewa unyonge wangu pale nilipokosea, na kuonyesha imani kuu kwa kunitia moyo kuendelea. Kwa jamii nzima ya Mutonya kwa kunielewa na kunitetea vikali; Kwa wafungwa wenzangu katika Jela Kuu ya Kamiti, Shimo la Tewa, Jela ya Mtaa wa Viwandani na pia Jela ya Manyani, kwa imani yao isiyotetereka. Ingawa hatujafika mji wa ahadi au 'Mecca,' barabara i wazi na tunaelekea huko!

♦

Kitangulizi

◆

Mapigo sawia ya buti zito yalipiga mwangwi kwenye varanda ndefu za sehemu ya jela iliyotengwa na kufanya sauti kama ile ya muziki katika senema ya kuvutia kutoka Hollywood. Mara kwa mara, sauti ya kuogofya ya mgusano wa ubao na chuma ilifanywa na askari wa zamu aliyepitisha fimbo yake juu ya vyuma vya dirishani au kwenye mlango wa vyumba vya jela, akifanya sauti ya juu hata ya kuweza kumwamsha mfu. Muziki huu wa sauti za kutisha ulikuwa sehemu ya maisha yetu ya kila siku kama wafungwa, lakini akili zetu zilikuwa zimezoea na hata kupuuza hofu ambayo zile sauti zilinuiwa kututia. Badala yake, sauti hizo zilikuwa ni kama sauti ya mwadhini ya kuwaamsha waumini wa Kiislamu. Hata hivyo, tofauti kuu kati ya sauti hizi ni kwamba ile ya jela ilikuwa ni sauti mbaya sana na iliyofanywa kimakusudi na kwa nia mbaya.

Maofisa watatu waliofanya ukaguzi na kuwahesabu mahabusu asubuhi na mapema walikuwa pamoja na Afisa Mkuu, Sajini na Kopro. Walijitoma katika lile jumba kuu kwa pamoja, wakisita nje ya kila chumba kuchungulia ndani kupitia shimo ndogo. Waliendelea na mwendo huo kwenye varanda baada ya kuhakikisha kila mfungwa alikuwemo chumbani mwake, hapo tulipokuwa tumefungiwa katika Jumba la waliohukumiwa kifo, wahalifu sugu na wafungwa wa kisiasa. Utaratibu huu wa kila siku tuliuzoea sana kiasi kwamba tuliuchukulia tu bila hisia zozote.

"Nambari 1?"

"Afande!" Mzee Atieno angejibu kwa sauti, midomo ikiwa imesonya, machukizo yake yakisisitizwa na sura ya kiusomi nyuma ya miwani yake mizito. Afisa kiongozi alitutupia jicho la kawaida tu na kuandika kitu juu ya makaratasi yaliyo kwenye kibao na kisha kuondoka. Mara nyingine angetuuliza swali la kijinga na kujibiwa kwa kejeli na mmoja wetu.

Tuliucheza mchezo huu wa paka na panya mara kwa mara kama sehemu ya mapambano ya kutetea utu wetu. Taifa letu lilikuwa likishuhudia kipindi cha uongozi mbaya uliozuliwa na udikteta uliojawa na hofu, na hiyo ndiyo sababu tulikuwa kifungoni kama wahasiriwa wa maangamizi ya kisiasa yaliyokuwa yakigubika taifa zima. Tulikuwa ndio mazimwi waliobuniwa na idara ya upelelezi yenye woga ambayo iliogopa kumkabili Rais Moi na kumweleza ukweli kwamba watu wengi kila mahali walikuwa wamevunjika moyo walipogundua kuwa, uongozi wa nchi ulikuwa umeishiwa na maadili na haukuwa na chochote muhimu cha kuupa umma ambao ulikuwa unadai kuuongoza. Uchumi ulikuwa umeporomoka, manufaa ya kijamii hayakuwepo kamwe na ukosefu wa usalama ulikuwa unachochewa na idara za serikali zilizokuwa na jukumu la kuukomesha. Hizo zilikuwa hakika ni siku za giza kwa Wakenya katika miaka ya themanini. Wakenya walioishi nje ya jela walikuwa wakidhulumiwa hata kuliko sisi tuliokuwa gerezani kwa sababu hatukuogopa kupoteza zaidi uhuru wetu. Vitambulisho vyetu vilikuwa nambari na herufi. Mathalani, niliitwa nambari 432/KAM/86/LS, ikimaanisha nilikuwa mfungwa mkenya wa 432 kufungiwa katika Gereza Kuu la Kamiti lenye ulinzi mkali katika mwaka wa 1986, "Kwa kifungo kirefu," yaani kifungo chochote kilichozidi miaka minne. Jina langu lilikuwa limetupiliwa mbali na badala yake kupewa nambari hii ili kunisahaulisha utambulisho wangu, utu wangu na maisha yangu. Kama mhusika fulani katika vitabu vya George Orwell, ningetambulishwa kwa nambari hii kwa miaka mingi, na nilitarajiwa kuitika kwa unyenyekevu mkubwa kila nambari hii ilipotamkwa, la sivyo, ningekipata kichapo cha mbwa kuingia msikitini. "Ndiyo, Afande!" Mwenye nambari alilazimika kuitika kila mara nambari yake ilitajwa, akitumia maneno ya kikoloni, utawala ambao uliathiri kila sehemu ya serikali.

Ingawa walikuwa wametupokonya majina yetu na kutupa nambari ndefu na za ajabu, badala yake tulitumia majina yetu halisi kuwasiliana miongoni mwetu. Watumishi wa serikali hawakuchoka kutueleza kuwa tulikuwa watu hatari sana hata kati yetu, jamii nzima na kwa usalama wa serikali. Katika mahakama walituita waasi, wasaliti na pia watu wasiotosheka.

Walituadhibu kwa vifungo virefu hisani ya kutuokoa kutokana na sisi wenyewe na pia nchi nzima. Tulitumia siku zetu kifungoni huku tukifikiria kwa masikitiko siku zetu za maisha huru za hapo awali. Mioyo na mawazo yetu ingepaa kwa uhuru juu ya kuta za rangi ya jivu za Gereza Kuu katika mawazo ya kindoto ambayo hata dikteta mbaya zaidi ulimwenguni hangeweza kuyazuia. Lilikuwa jambo la kupendeza kuona hofu iliyowakumba hao Afande — vifua vyao vikilemewa na uzito wa nishani walizopata kwa kuvunja vunja akili na miili ya raia wenzao — walipotambua kwamba ingawa waliweza kuvunja vunja viungo vya mwili, palikuwa na sehemu ya utu wetu ambayo katu hawangeweza kuidhibiti.

Ilikuwa fahari kwetu kuona kuvunjika moyo kwao pale tulipopinga adhabu yao ya kimwili kwa kutumia nguvu zetu za kimantiki pekee. Mijadala yetu ya kila mara, na kukataa kwetu kuomba tuonewe huruma, kulipunguza mamlaka yao juu yetu na kuwaacha wakijisikitikia kwa kutotimiza matakwa yao. Kwa hivyo, waligeukia matumizi ya nguvu, wakidai tuwatambue na kuwaogopa, lakini bila mafanikio kwa vile hawakuwa na sababu za kukubalika za kufanya hivyo. Walijawa na haya kila tulipoyakosoa mawazo yao nyuma ya zile kuta ndefu zenye rangi ya kijivu zenye vyumba vya juu vya walinzi waliotuchunguza daima.

Basi, inawezekana kuwa "huru" gerezani? Bila shaka! Uhuru ni mwelekeo wa kiakili.

"Ni shabaha gani unayojaribu kuifikia kwa kupigana na adui usiyeweza kumshinda?" Afisa mmoja alituuliza kwa dharau kupitia vyuma vilivyokuwa juu ya milango ya korokoro.

"Nani kadai hatuwezi kushinda?" Tungemjibu. "Historia imedhihirisha kuwa yeyote aliyejitolea kutetea haki, anaweza kushinda mamlaka yoyote duniani. Angalia mfano wa Wamarikani baada ya kushindwa na Wavietnam na pia usisahau Wafilisti walivyojifunza baada ya jiwe kutoka katika teo ya Daudi kuliangusha lile jitu liitwalo Goliatho."

"Kwa hivyo mnapanga vita dhidi ya serikali?" Akauliza yule afisa aliyekosa elimu na aliyelemewa na uzito wa nishani mwenye macho ya hudhurungi kama ya kaza wa aina ya Agama.

"Vita vyetu ni dhidi ya akili yako. Tunataka uyafungue macho na kutambua kwamba hali yetu inaweza kuwa bora zaidi. Kisha unawajibika kuiboresha hali hii kwa ajili ya wanao kwa sababu ni wajibu wako kuwalinda, ama sivyo?" Ile dharau usoni mwake sasa ingebadilika na kuwa ghadhabu.

"Lakini kuna haja gani ya kuendelea kuusukuma ukuta huu ilhali unafahamu huwezi kuubomoa? Kwa nini usiwe kama watu wengine wa kawaida tu na kufanya bidii kuboresha maisha ya jamii yako, tumia elimu yako kujikimu kimaisha, badala ya kupoteza wakati namna hii?" Sasa angekuwa anaonyesha hasira na kufoka kweli kweli.

"Nani anadai ukuta huu hauwezi kubomolewa?" Tukasema kwa umoja bila kukoma. Inaweza kuchukua muda kuuangusha ukuta, tunakubali hilo--lakini tukiendelea kuusukuma, na watu kama wewe wakijiunga nasi, siku moja utaporomoka, na unajuaje? Wewe nasi sote tutakuwa huru — huru kuota juu ya siku zetu za usoni!"

"Ninyi ni wendawazimu. Hakuna anayeweza kuwasaidia!" Angeweza kuondoka kwa hasira na hapo kengele ya kuhesabiwa kwa mara ya mwisho siku hiyo pia ingepigwa. Hapo siku nyingine ingepita. Nilikabiliwa na siku 900 zaidi kifungoni, siku za kuendelea na mijadala kama hii. Kutafakari tu ukweli wa kauli hii kulinihofisha na kunitia wasiwasi mkubwa. Je, ningeshinda kweli mtihani huu ama ningesalimu amri na kuafiki matakwa yao? Nilifahamu ingekuwa safari ndefu, ya polepole na iliyojaa kila aina ya machungu na mateso, lakini nilijiahidi kwamba ningeshinda, ili, miongoni mwa mengine, niweze kudhihirisha uwongo wao. Ningeshinda na kuishi kupigana siku zijazo, kwa sababu walikuwa waongo na tulikuwa wenye haki. Kila raia, na hasa vijana walioelimika na walionufaika kutokana na jasho la wazazi na babu zetu, walikuwa na wajibu wa kupigania haki kwa Wakenya wote. Wazazi wetu walikuwa bado wanatozwa kodi nyingi na serikali ya kidikteta ilhali tulipigania uhuru kutoka kwa serikali ya kikatili ya kikoloni ili tujipatie maisha bora. Kuukubalia utawala wa wazee kuharibu nchi bila ya kupinga tabia zao za utovu wa uzalendo ni sawa na kuvumilia wizi wao. Hilo lingekuwa sawa na kuwasaliti wakenya, wazazi wetu na vizazi vijavyo. Tulichohitajika kufanya ni kuteta dhidi ya maovu hayo hadharani— na hilo tulijitolea kulitekeleza tukiwa ndani au nje ya jela. Safari hii yangu ndefu ilianza zamani sana katika mahali ambamo nilichagua kuishi, jiji maridadi la Mombasa lililotanda kwenye pwani ya maji ya samawati ya bahari Hindi.

♦

Sura ya Kwanza

♦

Waliponijia: Aprili 28, 1986

Mawingu yalitanda angani na mvua ya upepo ilianguka na kufanya barabara za lami kuwa na mng'ao wenye utelezi. Nilijikinga mvua kwenye paa la kituo cha petroli karibu na steji ya gari ya Bora Bora, Bamburi. Mwanamume aliyevalia ovaroli ya bluu ambayo ni sare ya wauza magazeti wa Daily Nation, alisimama karibu nami akitazama mvua ilivyonyesha huku akizuia magazeti yake yasipate maji. Niliweza kuona vichwa vya habari vya magazeti hayo chini ya karatasi ya nailoni iliyoyafunika. "Mwakenya: Wawili

Zaidi Wafungwa." Licha ya baridi, nilihisi kijasho chembamba kwenye kipaji changu na moyo wangu ukagutuka.

Kila siku ya mwaka huo, Polisi wa Kenya waliwatia nguvuni, viongozi wa hapo awali wa wanafunzi waliokuwa na mawazo ya Kikoministi pamoja na wanasiasa wenye siasa kali katika msako uliogubika nchi zima kwa hofu. Nilikuwa na sababu tosha kuogopa kwani niliwafahamu wengi kati ya wale waliokuwa wametiwa nguvuni, kwani walikuwa wanafunzi wenzangu kwenye Chuo Kikuu cha Nairobi. Wengi wao walikuwa marafiki wa karibu ambao nilishirikiana nao kuchapisha gazeti lililoitwa, Sauti ya Kamkunji.

Nilimwita mchuuzi wa magazeti alipokuwa akitoka baada ya kupusa kwa mvua na nikaweza kujinunulia nakala ya gazeti. Nilisoma makala kuu haraka na nikagundua kuwa wale waliokuwa wamekamatwa hivi punde walikuwa viongozi wa awali wa wanafunzi ambao kwa sasa walikuwa walimu wa shule za sekondari mkoani Magharibi. Niliingia basini na kuelekea jijini kwenye ofisi yangu kule Kwale huku nikiwa nimeingiwa na hisia za hifu. Kwa mara ya kwanza maishani mwangu, niliwaza kuhusu uwezekano wa kuikimbia nchi yangu, kama wengine wengi walivyokuwa wamefanya.

Ingawa sikuwa nimetenda uhalifu wowote, nilihisi wavu nisioweza kuuona ukinitanda na kuninasa. Lilikuwa jambo lisiloepukika kwa sababu marafiki na wendani wangu walikuwa wanatiwa ndani mmoja baada ya mwingine. Niliweza kuhisi hiyo hali ya kuogofya ikiendelea kukua kila siku, huku nikisubiri polisi kunijia. Niliamua kuchukua mshahara wangu mara tu utakapokuwa tayari na kuvuka mpaka nikimbilie Tanzania, au mbali zaidi Uropa.

Lakini bado nilibaki kusitasita. Maisha yangu yalikuwa ndio mwanzo yameanza kuonyesha dalili za kufurahia kazi ya kuvutia kufuatia kupandishwa cheo katika huduma ya serikali kuwa Mkuu wa Kikosi cha wanahabari Wilayani. Niliipenda sana kazi yangu na tayari nilikuwa nimeanza kupanga baadhi ya mabadiliko ambayo ningeanzisha katika utendaji kazi kwani nilikuwa nimechukua mahali pa mtangulizi wangu aliyekuwa ameshindwa na kazi kutokana na tabia ya ulevi na hapo akahamishiwa kwenye ofisi kuu kama hatua ya nidhamu. Nilikuwa tayari nimepewa nyumba, Jayne alikuwa amekubali posa yangu na tulikuwa tunapanga kuanza kuishi pamoja mara tu baada ya kumalizika kwa muhula wake wa masomo katika Chuo Kikuu katika mwezi wa Julai. Kwa hivyo sikuweza kufanya uamuzi mara moja wa kukimbia nchi yangu kwani, licha ya yote yaliyonikabili, siku zangu za baadaye hapa nyumbani Kenya, zilionekana kuning'aria.

Wiki mbili kabla, rafiki yangu J. M. Adongo aliyekuwa mhadhiri katika Chuo Cha Kenya Polytechnic, alikuwa amekamatwa, wala hapana mtu aliyejua alikokuwa akizuiliwa. Tulikuwa majirani katika mtaa wa Tudor na pia marafiki wa karibu kwa sababu ya mtazamo wetu wa kisiasa uliokuwa sawa. Alikuwa Katibu Mkuu wa chama cha wanafunzi nilipokuwa katika chuo kikuu. Siku tatu baada ya kutiwa nguvuni kwake, mwenzake aliyeishi naye nyumba moja, pia alikamatwa. Tulisoma darasa moja katika chuo kikuu, lakini tulikuwa mahasidi wakubwa kutokana na siasa za Muungano wa Wanafunzi wa Fasihi. Wengi wetu tulimshuku kuwa jasusi au pengine "mpinga mapinduzi." Katika mwaka wetu wa mwisho wa masomo, kikundi chetu kilishinda nyadhifa zote zilizopigiwa kura, huku tukimshinda pamoja na wenzake wote waliokuwa wanaunga serikali mkono. Hatua hii ilipelekea kukiweka chama cha wanafunzi chenye siasa kali mikononi mwa uongozi uliopendelea maendeleo. Tulijipatia ushindi kwa kutumia mbinu maalumu na pia maarifa yasiyofahamika sana ambayo yaliwaacha wenzetu vinywa wazi. Hadi wakati alipotiwa nguvuni, alikuwa amepelekwa kufundisha katika chuo cha Polytechnic, na Adongo alimkaribisha kuishi naye. Baadaye iligunduliwa kwamba alikuwa amepelekwa pale kumchunguza rafiki huyu aliyekuwa kiongozi wa wanafunzi kama mbinu ya serikali ya kukomesha "uasi".

Tumbo langu lilikuwa linanguruma nilipokuwa ndani ya basi kuelekea Kwale. Kifundo cha moyo kilikuwa kimenikaba na hapo nikaanza kupumua kwa matatizo; nilihisi nimegubikwa na hatari iliyokuwa inaninyemelea taratibu. Hata hali ya hewa ilichafuka sana siku hiyo, kukiwa na mawingu mazito yaliyotanda juu ya Milima ya Kwale, na upepo wa baridi ya ajabu iliyokata hadi ndani ya mifupa. Nilishuka ndani ya basi kuelekea ofisini ambapo nilikaribishwa na mhazili, Mwana Siti. Aliponiona alitabasamu kwa furaha kama desturi yake. Ama kweli unaweza kupata kiangazi katika siku yenye kutanda mawingu na mvua!

Kama saa nne hivi asubuhi nilibeba mafaili yangu na kijidaftari kuelekea kwenye ukumbi wa Mikutano ambamo Kamati Kuu ya Wilaya, niliyokuwa mwanachama wake, ilikuwa inakutana kujadili miradi ya maendeleo katika jimbo letu. Nilifurahia mamlaka ya ofisi yangu mpya na, kwa muda mfupi, nikasahau ile hatari ya kutiwa nguvuni ambayo ilinikabili huku nikiingia katika mazungumzo na wakuu wengine wa idara wilayani. Mkutano ulipokuwa unaendelea, nilimwona tarishi mmoja akiingia na kusemezana jambo fulani na Mkuu wa wilaya, ambaye alinitazama kidogo na kurejelea mjadala tena. Baada ya dakika chache, nilimwona mtu mmoja mweusi mrefu na mwenye tambo akija mahali nilipoketi. Kwa unyenyekevu, aliniuliza jina langu. Nilimweleza na hapo akaniomba kutoka nje ili tuzungumze kidogo.

"Mimi ni Inspekta Maritim kutoka Idara ya Ujasusi, Special Branch, na nimeagizwa kusaka ofisi yako," aliniambia haya huku macho yake madogo yasiyotulia yakinipitia mwilini mwote. Moyo wangu ulisimama ghafla na kijasho chembamba kikanitoka juu ya kipaji changu, lakini baada ya sekunde chache niliwahi kujiwa na fahamu zangu tena na hapo, kwa namna ya kushangaza, nikatulizana: angalau wasiwasi niliokuwa nao uliniisha. Huu ndio wakati niliokuwa nikiungoja, nikajiambia, huku mawazo yangu yakienda mbio, na nikijaribu kufikiria yaliyokuwa mbele yangu ambako kulitanda giza. Je, kutatokea nini baadaye? Nilistaajabu kwa hofu.

Nilirudi ukumbini mwa mkutano, nikatwaa faili zangu na kumwomba afisa mwingine rafiki yangu na rafikiye Adongo, kumweleza mwenzangu niliyeishi naye, kwamba nimetiwa nguvuni. Kimya kimya, tulikwenda kwenye ofisi yangu, ambamo, bila ya wafanyikazi wangu kutambua, Inspekta Maritim alipekua meza yangu. Hakupata chochote kilichokuwa kinyume cha sheria mbali na kadi za salamu nilizomwandikia ndugu yangu aliyekuwa katika chuo kikuu, nikimwelezea juu ya kuvamiwa kwa mji wa Mombasa na askari wanamaji wenye kiburi kutoka Marikani walipotua kwa mapumziko mafupi katika meli yao kubwa ya kivita.

Baada ya msako, Inspekta Maritim alinifahamisha rasmi kuwa nilikuwa nimetiwa nguvuni na kwamba sasa tungeenda nyumbani kwangu huko Bamburi kwa upekuzi kamili. Tukiwa safarini, na hasa tulipokuwa tunavuka Likoni Ferry, nilifikiria kutoroka, lakini hofu ya kupigwa risasi ilinifanya kughairi jambo hilo. Nilijiachilia bila kujali...liwalo na liwe na hata nikaajabia ujasiri wangu licha ya hatari iliyonikabili.

Haukuwa ujasiri wa kishujaa, nakiri sasa, ila ulikuwa ujasiri wa mtu asiyeelewa mambo, kwa kuwa sikufahamu yaliyoningoja katika saa ishirini na nne zilizofuata.

Tulisafiri hadi kwenye Makao Makuu ya Mkoa ambapo niliwekwa katika chumba kitupu huku afisa yule mkuu akipanga kikosi cha kwenda kusaka nyumba katika sehemu ya Kenyatta Public Beach.Mara tu tulipowasili katika jengo la Uhuru na Kazi ambayo yalikuwa makao ya makachero wa polisi, askari walianza kufurahi kiasi ungedhani walikuwa wamemtia mbaroni yule mhalifu mkuu wa vita aliyeitwa Carlos Jackal. Tuliondoka kwenye jengo hilo katika msafara wa magari matatu na baadaye tukajiunga na kikosi kingine kilichotoka kwenye kituo cha polisi cha Bamburi. Kwa jumla, zaidi ya makachero ishirini waliivamia nyumba yetu yenye vyumba vitatu vya malazi na kuisaka kila pembe. Waliweza kupata mseto wa vitabu na majarida niliyotumia wakati nilipokuwa katika chuo kikuu na ambayo yalielekea kuridhisha kuwa mimi nilikuwa mwasi hatari.

Niliwaangalia wakionyeshana kwa fahari ule ushahidi wao na hapo sikuweza kujizuia kuangua kicheko. Mmoja wao aliyeitwa "Daktari" ndiye aliyejivunia kuvumbua nakala yangu ya kitabu kiitwacho The Prince kilichotungwa na Nicollo Machiavelli. Furaha yake ilikithiri aliposoma jalada la kitabu hiki, "Maagizo juu ya mbinu za kupindua serikali." Ingawa hadithi hiyo ilitungwa huko Uropa kuhusu jamii zilizokuwemo katika karne za 13 hadi 17, kupatikana kwake kuliwafanya wapelelezi kujiramba midomo kwa furaha. Kitabu cha Lenin kiitwacho, *Ubeberu: Kilele cha Ukabaila*, pamoja na majarida na vitabu vingine vichache juu ya Ujamaa, vilikuwa ushahidi tosha kwamba nilikuwa adui wa serikali. Lakini hivi ni vitabu nilivyomiliki kwa miaka mitatu na ambavyo vilipendekezwa na wahadhiri wangu katika masomo ya taaluma ya siasa! Walifungasha katoni nzima ya vitabu vyangu na kuniagiza kuandamana nao hadi kwenye kituo cha polisi. Mwenzangu niliyeishi naye, Peter Gichigo alikuwa afisa wa biashara mjini Mombasa na rafiki mhisani. Alifika wakati huo na kustaajabia upekuzi uliokuwa ukiendelea mle nyumbani. Nilimuaga na kumwomba awafahamishe wazazi na rafiki zangu.

Wakati wa upekuzi nyumbani mwangu hadi pale nilipotiwa nguvuni kirasmi, hapakuwa na uchangamfu au furaha yoyote hata pale maafisa walipochangamkia kugundua vitabu vyangu walivyodhani ni kinyume cha sheria. Nilipelekwa moja kwa moja hadi kwenye kituo cha polisi cha Bandarini ambapo chumba kimoja kizima cha korokoro kiliondolewa wafungwa wote na kuachiwa mimi peke yangu. Chumba changu kilikuwa na mlango wenye vyuma ambavyo viliingiza hewa safi na kupunguza makali ya hewa yenye unyevunyevu ndani mwa chumba. Lakini mlango huo, pia uliruhusu makundi ya mbu kuingia na kunikosesha kupata hata lepe la usingizi. Nilimwita askari mmoja wa zamu ambaye alinipa kurasa za ndani za gazeti la siku hiyo kuukinga uso wangu kutokana na mashambulizi ya mbu. Askari polisi wengi waliendelea kumiminika usiku kucha kumwona "mwasi" aliyekuwa amekamatwa. Niliketi tu bila kuwaza lolote nikisoma habari katika gazeti la siku iliyotangulia zilizohusu Waamerika kushambulia kwa mabomu miji ya Tripoli na Sirte nchini Libya. Niliweza kuchukuliwa na usingizi kwa muda mfupi wakati wa alfajiri lakini nikaamshwa mara tu baadaye na afisa mkuu. Alitaka kujua kosa ambalo nilikuwa nimefanya. Ni dhahiri kwamba nilikuwa nimewekwa usiku kucha katika korokoro ya washukiwa wanaongoja kushtakiwa kwa vile kukamatwa kwangu hakukuwa kumeorodheshwa katika kitabu cha ripoti ambamo kila shughuli zote za polisi na nyakati zake huandikwa. Nilimweleza kuhusu upekuzi wa ofisi na makazi yangu ya kibinafsi. Nilimfahamisha kwamba, hata mimi sikujua mashtaka ambayo yalinikabili. Alionekana kunihurumia na hata akaniomba nimtume akamweleze rafiki yangu, Marehemu Kenneth Mwema, katika chumba cha habari cha hapo mjini Mombasa, ili aweze kuchapisha habari za kukamatwa kwangu watu wote waweze kufahamu. Miaka minne baadaye, Kenneth alinihakikishia kwamba ofisa fulani wa polisi alikuwa amekutana naye na kwamba ripoti hiyo ilichapishwa katika magazeti. Kwa bahati mbaya, nimelisahau jina la afisa huyo, lakini natumaini kuwa siku moja atasoma kitabu hiki na kupokea shukrani zangu.

Nilikuwa tayari kukubali lolote ambalo lingetokea lakini pia nilistaajabia hamu yangu kuu ya chakula niliyokuwa nayo asubuhi hiyo wakati wa staftahi ya chai moto na nusu mkate wa bofulo. Nilipokuwa nikinywa chai yangu moto, nilikumbuka kitabu cha Dale Carnegie nilichokuwa nimekisoma miaka michache kabla kiitwacho: *How to Stop Worrying and Start Living*. Funzo kuu katika kitabu hicho ni kwamba, wakati mtu anapokabiliwa na tatizo linaloonekana kuwa kubwa sana, anapaswa kutulia kwanza na kujiuliza: Ni matukio gani mabaya zaidi yawezayo kumpata mtu? La kushangaza ni kwamba, ukichunguza kwa makini lile baya liwezalo kutokea, utatambua kuwa inawezekana kukabiliana nalo, na hivyo, pale linapotokea hatimaye, utakuwa umejiandaa kisaikolojia kuweza kupambana nalo. Lakini lazima nikiri kwamba sikuwa nimejiandaa kwa mambo yaliyonipata katika wiki mbili zilizofuata.

◆

Askari polisi walinijia jioni hiyo na kuniagiza kuchukua vitu vyangu kujiandaa kwa safari fupi ingawa alikataa kata kata kunieleza ilikuwa safari ya kwenda wapi. Niliingiwa na kiwewe. Kwa nini walingoja mpaka giza likaingia ili kunipeleka walikotaka? Niliwaza kuhusu uwezekano wa kuteswa, na hadithi kama hizo tulizozisikia kila mara, juu ya watu kupelekwa msituni, kuteswa na hata kuuliwa na kuitupa maiti vichakani kusikofikika ili ifisidiwe na nyang'au. Niliogopa sana uwezekano wa kufia mahali kusikofahamika na jamii yangu kukosa kufahamu kabisa lililonipata. Hofu ilitafuna nafsi yangu kama fuko anayechimba ndani ya ardhi. Mara moja, gari tulilosafiria lilisimama pale Mombasa Stadium. Nilitaka kujulishwa nilikokuwa napelekwa huku akili yangu ikijawa na mkururo wa mawazo kuhusu jambo ambalo lingeweza kunitukia. Lilikuwa wazo gani hili la kijinga: kunihoji ndani ya uwanja wa michezo uliokuwa mtupu. Hakuna mtu angeweza kusikia mayowe yangu! Lakini, nilikuwa nimekosea tena.

Tulishika barabara kuu ya kwenda Nairobi na, hapo nikafikiria kuwa walipanga kunipeleka ndani ya msitu, ng'ambo ya Uwanja wa Ndege. Ndani ya gari la aina ya Landrover, nilikuwa mimi maofisa wanne na dereva. Tulipita Miritini, Mazeras na kufika Mariakani ambapo tulisimama kupata petroli. Hapo ndipo wale maofisa wakuu waliponijulisha kwamba tulikuwa tukienda Nairobi. Nilituliza mtima wangu nilipotambua kuwa, angalau nilibakiwa na muda wa saa chache kabla sijakumbana na ajali yangu. Baadaye usiku huo, tulisimama Voi ambapo tulikula chajio cha kuku na ugali na kunywa chupa moja ya bia kila mtu kwenye baa iitwayo, Vulia Bar kabla ya kuondoka na kuendelea na safari ya Nairobi. Sikuwa nimefungwa pingu tulipokuwa mezani kwa chakula na hapana aliyeweza kutambua kuwa nilikuwa mfungwa. Tulipofika

Kibwezi, walinzi wangu walisimama ili kwenda haja huku wengine wawili wakiwa wamelala ndani ya gari.

Yule afisa mkuu na mwenzake walinisindikiza kwenye kilabu kiilichokuwa nyuma ya bustani, na hapo wakajipatia bia mbili kila mmoja. Nilipokuwa nimeketi nao kwenye meza moja ndogo, mara tena mawazo ya kutoroka yalinijia, lakini mawazo hayo yaliyeyuka nilipoona mfuko wa yule ofisa mkuu ulikuwa umetuna kwa sababu ya bastola iliyokuwemo. Nilifikiria kutwaa chupa moja ya pombe kumpiga nayo kichwani, kuiba bastola yake na kuwapiga risasi wenzake wawili kabla ya kutowekea gizani...lakini hayo yote yalibakia tu akilini mwangu kama mawazo ya kidhahania. Yalichochewa na habari nilizokuwa nimezisoma hivi majuzi kuhusu Afrika Kusini, ambapo wapiganaji wa ANC walikuwa wamewazidi nguvu askari weupe waliokuwa wamewatia nguvuni, na kukimbia wakavuka mpaka na kuingia Msumbiji. Nilifahamu kwamba sikuwa tayari kufanya kitendo kama hicho na, hapo nikayatupilia mbali mawazo hayo na kujiachilia, lolote liwalo na liwe.

Tulifika Nairobi alfajiri na kukaribishwa na hali ya manyunyu na baridi kali, mawingu meusi pamoja na tope lililotapakaa mitaani mote. Nilipelekwa katika seli baridi kwenye kituo cha polisi cha Kileleshwa, na wale walionisafirisha na ambao nilikuwa nimefanya urafiki nao, amini usiamini, wakaniaga kwa heri. Nilitiwa ndani ya seli ambamo nilimkuta mshukiwa mmoja wa wizi wa mabavu. Alinionyesha alama mwilini mwake za mateso ya polisi waliomtaka awaonyeshe ilimofichwa bunduki fulani. Je, hii ndiyo hali iliyokuwa ikinisubiri? Nilishangaa huku nikichukuliwa na lepe la usingizi.

◆

Sura ya Pili

♦

Seli za Chini ya Ardhi

Niliamshwa kutoka usingizi mzito uliojawa na jinamizi na sauti kali ya vyuma vilivyogongana kwenye lango la chumba cha seli lililosukumwa na kufunguliwa ghafla. Niliyafungua macho na kukutana na jitu lenye uso mchangamfu lililokuwa likinitazama. Alikuwa amevalia koti lenye rangi za mirabamiraba juu ya kitambi chake cha kushuka. Uso wake uling'ara kwa furaha isiyokuwepo, mfano wa tabibu anayemtayarisha mgonjwa wake kudungwa sindano. Kwa wakati huo, sikufahamu nilipokuwa.

"Wewe ndiye Njuguna?" Yule mtu akaniuliza.
"Ndiyo. Ndiye mimi" Nikamjibu bila uchangamfu.
"Chukua virago vyako. Tunakwenda matembezini."
Nilijitahidi kuamka. Tumbo langu lililiniuma na nikahisi kijasho usoni mwangu licha ya ubaridi mkali ulioingia katika chumba hicho cha jela kilichokuwa kitupu. Huu ndio wakati nilioungoja, nilijiambia huku nikimuaga yule rafiki wa pekee niliyemkuta humo. Niliingiwa na hofu nilipovutwa haraka haraka kupitia sehemu ya makaribisho ambako nilichukua viatu vyangu kisha nilitolewa nje kwenye sehemu ya kuegeshea magari

ambako gari la aina ya Land-Rover la rangi nyeupe lilikuwa limeegeshwa nikinisubiri. Mwenzangu alinifungulia mlango wa abiria na hapo nikaketi kando ya dereva.

"Hapana!" Yule dereva akanikemea. "Kanyaga kiti na uende nyuma." Sehemu ya nyuma ya gari ilikuwa tupu na ilifunikiwa turuba iliyofungwa kabisa. Ndani mlikuwa na giza la kutisha.

"Keti na uangalie nyuma." Niliamrishwa na yule mlinzi mnene.

Kabla sijafahamu lililokuwa likitendeka, niliona kitambaa cheupe kikipeperuka na hapo, kufumba na kufumbua nilikuwa nimefungwa macho kwa kile kitambaa. Niliamrishwa kulala chali kwenye sakafu ya ile Land-Rover. Moyo ulianza kunidunda huku gari likiondoka kwa kasi kutoka maegeshoni na kutupa kokoto kila upande.

Nilijaribu kuangazaangaza macho lakini nikajikuta nimezungukwa na giza tupu huku gari likipinda na kubeta kona kwa kasi. Nilifunika masikio ili kujaribu kusikia sauti ambazo zingenisaidia kujua nilikokuwa. Mara kwa mara, niliweza kufahamu kwamba tulikuwa kwenye Barabara yenye magari mengi lakini wakati mwingi tulikuwa tunapita kwenye njia ndogo zilizokuwa kimya, jambo lililonifanya kufikiri kuwa tulikuwa tukielekea kwenye msitu wa mbali ambamo ningeteswa na hata kuuliwa.

Akilini nilijawa na taswira za ajabu huku nikiyafikiria maisha yangu yalivyokuwa na nikihisi yalikuwa sasa yanaelekea ukingoni. Niliwafikiria wazazi wangu na matumaini yao ambayo yangevunjika; ndugu na dada zangu, na mchumba wangu niliyetarajia kumwoa katika mwezi wa Agosti. Kwa mara nyingine, nilijiachilia tu na kukubali, liwalo na liwe. Nilijifariji kwa msemo mmoja ninaoupenda sana ambao kila mara hunituliza wakati wa shida: "Unapokuwa katika shida, jiulize ni kitu gani kibaya zaidi ambacho kinaweza kutokea?" Maneno haya kila mara yalinifaa, lakini, siku hiyo, mambo yalikuwa tofauti. Kile kibaya zaidi ambacho kingeweza kutokea, kingeweza kuwa ndio mwisho wa maisha yangu.

Ili kuipa akili yangu kitu cha kufanya na kuipunguzia woga ulioikaba, huku nikiwa nimelala chini sakafuni ya Land-Rover ya polisi na nimefunga macho kabisa, kwa haraka niliweza kukariri shairi ambalo nililifahamu kimoyomoyo. Lilikuwa shairi lake, mshairi wa kutoka Jamaika aliyeitwa Claude Mckay. Mistari ya shairi hili ambayo niliweza kuikumbuka, ilinipa nguvu ya kusahau hofu iliyonikaba:

Iwapo ni lazima tufe, tusife kama nguruwe
Tukiwa tunawindwa na kusukumizwa mahali pabaya
Huku tumezungukwa na majibwa yabwekayo yenye kichaa
Yakitudharau katika laana iliyotukumba
Ikiwa ni lazima tufe, heri tufe kwa heshima
Ili damu yetu simwagike bure
Hapo hata mazimwi tunayopambana nayo
Kama mashujaa tutakabiliana nayo

mazimwi nduli yenye woga
Tukisukumizwa ukutani, tukifa
lakini tukipigana kufa kupona...

Baada ya kusafiri kwa kasi kwa saa nzima hivi, nilisikia gari likisimama. Kisha nilisikia lango likifunguliwa na nikajiambia: hakika huu ndio mwisho! Gari lilipoanza kurudi nyuma kupitia lile lango, niliona au nilihisi uzito wa kiza kilichonizunguka mle garini ukizidi na hapo nikashuku tulikuwa tukiingia ndani ya ardhi. Nilisikia mlio wa lango lingine likifunguliwa na kisha mlango wa nyuma wa Land-Rover ukafunguliwa. Akili yangu ilikuwa taabani kwa hofu.

Mtu fulani alinishika visigino na kunivuta nje kwa dharau. Nilipiga yowe kwa sauti. Halafu mikono miwili ikanishika kwenye visugudi na kunivuta ndani ya varanda yenye mwangaza mzuri ambamo mlikuwa na harufu niliyokuwa nimeizoea ya majani yaliooza na maji ya chumvi chumvi. Tulipokuwa tunatembea juu ya varanda, ilinidhihirikia kwamba ile ilikuwa ni harufu ya Mbuga ya Nyoka ya Nairobi au Shamba la Kufuga Mamba Mombasa ama mbuga ya viboko katika Bustani ya mimea na wanyama ya Bamburi, Mombasa. Ilikuwa harufu ya mimea iliyooza ndani ya maji yaliyotulizana ambamo mliishi viumbe wa majini, ardhini na vile vitambaavyo!

Moyo ulinidunda kweli na akilini yakanijia mawazo ya kutisha nilipokumbuka hadithi za polisi kutumia majoka kuwatesa washukiwa. Mawazo hayo kuhusu nyoka wa kutisha yalinifanya kupiga yowe tena kwa hofu na kujaribu kujinasua. Lakini walionikamata walikuwa wengi na wenye nguvu. Kwa urahisi walininyanyua na kunitia ndani ya seli ambamo niliangukia godoro la foronya nyororo. Kile kitambaa nilichofungwa nacho usoni, kiliondolewa mara moja na mlango ulipofungwa nilishikwa na woga sana huku macho yangu yakiangazaangaza kila pembe ya seli kutafuta ikiwa mlikuwa na nyoka.

Lazima nikiri kwamba nyoka na lumbwi ndio wanyama ninaowaogopa kuliko wengine wowote duniani. Nilipokosa kumwona nyoka yeyote katika seli hii iliyokuwa na rangi nyeusi ti ti ti, nilifikiri kuwa walikuwa wamefichwa ndani ya godoro. Kwa tahadhari, nilishika upande mmoja wa godoro na kuliinua juu kuchungulia chini yake. Hapakuwa na chochote. Nikaliinua godoro zima juu lakini hapana kilichoanguka chini na hapo moyo ukanitua. Nilifikiria kuhusu woga na hofu zilizonikumba hapo muda mchache tu kabla na hapo nikalazimika kujicheka. Kisha niliketi juu ya godoro na kukodolea macho kuta za kile chumba.

Niliweza kuona maandishi fulani, juu ya rangi iliyokuwa imeanza kubambuka kutani ambayo yalikuwa yameandikwa na wafungwa walionitangulia. Maneno yao yaliyoandikwa kwa shida nyingi, kwa namna fulani, yalinitia moyo na kunihimiza kuwa na ujasiri.

'Usife moyo. Mapambano yataendelea hata tukifa'

'Damu ya mashujaa wa nchi yetu haitamwagika bure'
'Endeleeni kupigana!'
'Haijalishi itachukua muda mrefu kiasi gani, ushindi utakuwa wetu,' ujumbe mwingine ulieleza.

Juu ya ukuta huo, yaliandikwa majina ya wazalendo Wakenya waliokuwa kwenye msitari wa mbele katika mapambano dhidi ya udikiteta wa KANU na nilifarijika kwa maneno hayo. Nililala juu ya godoro, na la kustaajabisha ni kwamba, nililala usingizi mzito. Si ajabu, hasa, kwa vile sikuwa nimepata hata lepe la usingizi kwa siku tatu sasa tangu nilipotiwa nguvuni.

♦

Sura Ya Tatu

♦

Kuhojiwa

Niliweza kuelewa kwamba nilikuwa ndani ya chumba kitupu licha ya kufungwa machoni kwa kitambaa. Yule askari mcheshi mnene alikuwa amenichukua kutoka seli akiwa na askari mwingine mwembamba mwenye machachari ambaye baadaye alikuja kuwa rafiki mwema. Baada ya kutolewa katika chumba cha seli kilichokuwa giza, tulipita kwenye varanda kabla ya kuingia ndani ya kile nilichokitambua kuwa lifti kutokana na msisimko ndani ya tumbo langu tulipokuwa tukipanda juu ghorofani kwa muda mrefu.

Tuliposhuka kwa lifti, nilihisi kisulisuli ambacho humpata mtu anapokwea urefu mkubwa na huku nikiongozwa katika jengo lile kubwa. Mwangaza wa jua wa kupita ulinipiga usoni na, kwa muda mfupi, nilipatwa na hisia ya kuwai wangenirusha chini kutoka juu ya jengo hilo refu. Badala yake, niliingizwa katika chumba fulani na kitambaa nilichofungwa nacho machoni kikaondolewa.

Madirisha ya chumba hiki yalifunikwa kabisa kwa pazia nyeusi, lakini palikuwa na taa moja iliyoning'inia juu sana darini na kubainisha rangi ya hudhurungi ya jengo hilo la kisasa. Jambo moja kuhusu ile rangi na mtindo wa lile jengo ulinikumbusha jambo fulani na ilinichukua dakika chache tu kuling'amua — Nyayo House. Nilipofuzu masomo ya chuo kikuu nilifanya kazi katika ghorofa ya nane ya jengo hilo katika ofisi za Habari za Mkoa, kwa hivyo nilielewa vyema kuhusu mandhari ya ndani ya jengo hilo. Pia nilijua ghorofa za juu zilikuwa ofisi za makachero ambao jukumu lao lilikuwa kuuangamiza uasi wa kisiasa nchini Kenya.

Dakika chache baadaye, mlinzi wangu alirudi na kunifunga machoni tena kwa kile kitambaa; nilishangaa jinsi nilivyoanza kukizoea kitambaa hicho. Baada ya kutembea kwa hatua chache kwenye ile varanda, nilisukumwa ndani ya chumba kingine na kuketishwa juu ya kiti. Ingawa nilikuwa nimefungwa machoni, niliweza kuhisi nilikuwa nimezungukwa na watu kadhaa na pia mlikuwa na nafasi tele katika kila upande kutoka pale nilipoketi.

Kufumba na kufumbua, kile kitambaa kiliondolewa na kunifanya kutweta kwa mshtuko. Niliamrishwa kukalia kiti cha mbao katikati ya chumba cha giza kisichokuwa na dirisha. Mbele yangu waliketi wanaume kumi na wawili hivi waliovalia nadhifu. Walikaa nyuma ya meza ndefu ya mbao. Wote waliniangalia kwa nyuso zilizojaa mshangao, kimya kimya. Kiti kilichokuwa katikati hakikuwa na mtu. Nilihisi kukereka na hasira: kwa nini hawasemi lolote? Nikajiuliza, huku nikichunguza nyuso zao. Mmoja wao, aliyekuwa na upara na mvi na aliyevalia jaketi ya sufu alionekana kama niliyemfahamu lakini sikuwa na hakika.

Mlango ulifunguliwa na jitu lenye kitambi cha kushuka na suruali iliyofungiwa chini ya kiuno likaingia kwa madaha. Wanaume wote walioketi walisimama kwa mjoko na kupiga saluti huku lile jitu likikaa na kupwelea juu ya kile kiti cha katikati. Faili moja ililetwa mbele ya lile jitu na mmoja wa wale wanaume. Liliipitia upesi upesi na kunitazama. Nilishangazwa sana na mkutano huu na akili yangu iliingiwa na mfadhaiko. Fikira zote za kutaka nielezwe kwa nini nikaletwa pale ziliyeyuka.

Jambo hili ni kubwa kuliko nilivyodhania, nilijiambia.

"Hujambo Bwana Njuguna? Habari za Mombasa?" Lile jitu liliniuliza kwa dharau.

"Sijambo." Nilijijasirisha kujibu kwa sauti ambayo kamwe haikuwa yangu.

"Ngoja nikueleze wazi kabla hatujaanza." Yule Bwana akaendela kusema na kusita kidogo. "Bila shaka unafahamu kwa nini uko hapa, na utashirikiana nasi. Kadiri utakavyoshirikiana nasi, ndivyo mambo yatakavyokuwa rahisi kwako. Lakini, ningependa kukuonya: ukijaribu kutufanyia mzaha, utajilaumu mwenyewe. Kumbuka kwamba tunazo mbinu, wakati na uwezo wa kupata habari zote tunazohitaji kutoka kwako--kwa hivyo, ni juu yako--umefahamu?" Alimalizia kwa ukali.

"Ndiyo Bwana. Lakini tangu nilipokamatwa sikuambiwa kosa langu wala sielewi kwa nini nimeletwa hapa," nikamjibu kwa ukakamavu. Alipiapia faili iliyokuwa mbele yake na kupuuza niliyokuwa nimeyasema.

"Wewe peke yako ndiye utakayeamua matokeo ya mahojiano haya, ama kwa kuyarahisisha au kuyafanya magumu. Naamini umenifahamu." Kwa maneno hayo aliwainamia wenzake nao wakasimama wima; alitoka chumbani bila kusema lolote. Mara tu mlango ulipofungwa baada ya kuondoka kwake, mwanamume mrefu, mweusi na mwenye tambo aliyeketi upande wake wa kushoto, alichukua usukani wa kuendesha mahojiano.

"Njuguna," alianza. Tueleze unayoyajua kuhusu kundi la siri la Mwakenya ambalo tunajua wewe ni mwanachama wake."

"Sijui chochote kamwe mbali na yale ninayoyasoma magazetini," nilijibu.

"Umekula kiapo cha kikundi hicho?"

"La hasha"

"Umewahi kuhudhuria mkutano wa kikundi hicho au kongamano lake popote?"

"Hapana. Sijawahi hata kidogo," nilijibu kwa kujiamini.

"We mwongo! Vua nguo zako zote mara moja!" aliamrisha. Ule uso wake mchangamfu uligeuka na kuwa barakoa la ghadhabu ambalo ilinitisha. Nilivua shati langu, suruali na viatu na kusimama nikiwa na chupi na soksi.

"Nguo zote." Alinguruma.

Sikusadiki maneno hayo - uchi wa mnyama? Nikazivua soksi, kisha chupi yangu. Nilifedheheka kuona jinsi uume wangu ulivyokuwa mdogo kutokana na hofu niliyokuwa nayo.

"Jinyooshe kimwili mara mia sakafuni!" yule mwanamume akaniamrisha huku yule bwana mwenye mvi akinisimamia karibu akiwa na mguu wa kiti uliovunjika. Lazima nikubali kuwa mimi si mwanamichezo kamwe na mara ya mwisho nilipofanya mazoezi ni muda mrefu sana uliopita. Kujinyoosha sakafuni mara mia! Hilo lilikuwa jambo muhali kabisa! Nilihema na kuvuta pumzi, nikijaribu niwezavyo -14, 15, 16...mikono yangu ilianza kutetemeka kwa machovu hadi niliposhindwa na kuanguka pu!

Kama gunia la chumvi. Bwana mwenye mvi akanipiga visugudi na visigino kwa ule mguu wa kiti na hapo nikarudia zoezi haraka haraka - moja, mbili, tatu, nne, nane...nilianguka tena. Nilipokea kichapo cha mbwa licha ya kilio changu cha uchungu.

Kisha niliamrishwa kulala chali nikiwakabili wale wanaume. Na kuinua juu miguu ili, miguu ikiwa juu, makalio na kende zangu zilizokunjamana ziwe zinawaelekea lile jopo lililoketi. Nilifedheheka na kughadhabika kwamba mtu yeyote angefurahia kumwangalia mwanadamu mwenzake katika hali kama hiyo. "Haya inua digrii kumi, tisini, hamsini na tano, panua miguu, digrii kumi..." Zoezi hilo liliendelea kwa muda mrefu hadi akili yangu ikataka kupasuka kwa mlundikano wa hisia. Kila nilipokosea, yule bwana mwenye mvi aliniadhibu kwa kile kipande cha kiti hadi mwili wangu uliolowana jasho ukawa unauma kila mahali. Mungu wangu, adhabu hii itanikoma lini? Baadaye nikaamrishwa kuangusha kiwiliwili kizima nikiwa nimesimama kwa ncha ya kidole kikubwa cha mguu na kisha kuzunguka upande mwingine hadi nikaanguka kwa kisunzi na machovu.

Hawakusimama kwa takriban saa nzima waliponiacha nikiwa kama zigo duni lilojaa uchungu, majasho nikiwa siwezi hata kusimama kwa miguu yangu. Halafu mahojiano yakaanza tena upya. Waliniuliza majina ya wanafunzi niliosoma nao katika Chuo Kikuu cha Nairobi na nikaungama kwamba nilikuwa na urafiki nao. Wakaingilia maisha yangu ya kibinafsi, uhusiano wangu na mhadhiri wa hapo awali katika Chuo cha Mombasa Polytechnic., ambaye, walinijulisha, alikuwa ametiwa nguvuni wiki mbili kabla, na alikuwa amekiri kwamba mimi nilikuwa mwanachama wa kundi la Mwakenya na jinsi nilivyomsaidia kuwa mwanachama wa kundi hilo lililokuwa limeharamishwa.

♦

Sura ya Nne

♦

Jasusi TJ

Mwaka mmoja kabla sijapatwa na jinamizi hili, nilikuwa nimetembelea Nairobi na kukutana na rafiki niliyesoma naye katika chuo cha Uanahabari. Alinialika chakula cha mchana nyumbani kwake katika mtaa wa Ngumba, Ruaraka. Jina lake ni TJ na tulifanya kazi pamoja katika idara ya habari ambapo tulibadilishana maoni yetu kuhusu siasa za mrengo wa kushoto zilizokuwa zikiimarika sana katika miaka ya mwanzo ya themanini. Nilipohamishiwa Mombasa, yeye alibaki katika makao makuu ya wizara ambapo alinuia kujiunga na Chuo Kikuu cha Nairobi kusomea shahada ya uzamili.

TJ alikuwa kijana mchangamfu ambaye alielewa mawazo y a Ki-Marx. Tuliazimana vitabu na majarida mengi ili kuzima kiu yetu ya kujifunza njia za kuikomboa nchi yetu kutokana na nira ya ubepari wa kimagharibi. Nilikuja kumfahamu vyema — au tuseme nilidhani hivyo—wakati wa kipindi cha matukio mengi ya kisiasa katika miaka ya mwanzo ya themanini. Wakati wa mafunzo yetu ya miezi mitatu kwenye chuo cha uanahabari cha *Kenya Institute of Mass Communication* (KIMC) kama wanafunzi wa taaluma ya habari wenye shahada, tuliimarisha urafiki wetu wa karibu kutokana na mijadala yetu ya kiusomi. TJ alikuwa ndiye chombo changu cha kutathmini maoni yangu tulipokuwa tunachambua mienendo ya kisiasa katika kanda hii. Kwa mfano, tulivutiwa na kazi ya Jeshi la Ukombozi la Uganda (NRA).

Tulibahatika kujuana na mwanafunzi katika chuo chetu aliyekuwa mkimbizi wa kisiasa. Jina lake lilikuwa Teddy Sseezi Xheeye, ambaye baadaye alitokea kuwa mchapishaji maarufu wa gazeti lenye utata liitwalo *The Uganda Confidential*, mojawapo wa magazeti machache ambayo hayakuogopa kukosoa chama kilichotawala cha *National resistance Movement* (NRM). Katika siku za mwanzo, Teddy alikuwa akitupasha habari zilizokuwa zinatokea hasa kuhusu habari za ushindi wa jeshi la Museveni la NRA, na baadaye nikagundua kuwa alikuwa anasomea katika KIMC akiwa jasusi, kwamba, kwa hakika alikuwa kachero wa NRM mjini Nairobi. Kupitia kwake, tuliweza pia kumjua Mike, mfuasi wa maongozi ya Ki-Marx ambaye aliishi pamoja na wahudumu wa kimataifa wa kutoka Sierra Leone. Ilikuwa katika nyumba yao mtaani Nairobi West ambapo tulijadiliana juu ya nadharia tofauti kuhusu mbinu za kuyanasua mataifa ya Afrika kutokana na dhuluma za kikoloni-mamboleo.

Mazungumzo kama hayo hayakuwa mapya kwangu. Kama ulikuwa mzalendo kindakindaki na ulizingatia kabisa kubadilisha mfumo wa maongozi ya taifa kama hili letu, ungeishia kuwa mfuasi wa maongozi ya Ki-Marx. Hivi ndivyo nilivyokuwa nimefunzwa nikiwa mwanafunzi wa somo la siasa katika Chuo Kikuu cha Nairobi. Wengi wa wahadhiri wetu walikuwa wafuasi wa Marx na hata mitalaa ya masomo katika taaluma za kisanaa ilikuwa inategemea sana upande wa nadharia ya Ki-Marx. Kadiri nchi baada ya nchi barani Afrika na kote ulimwenguni, zilipotwaa silaha na kuangusha tawala za kidikteta, tulifuatilia matukio hayo kwa furaha kuu. Tulipata habari kuhusu mashujaa na viongozi wengi vielelezo na uwezekano wa kujiunga nao baada ya kufuzu chuoni ulijadiliwa mara kwa mara miongoni mwetu.

Tulisoma na kufuatilia kwa karibu maneno na vitendo vya mashujaa kama vile Sandinistas Daniel Ortega, Muammar Gadaffi wa Libya, Majeshi ya Umma ya Ufilipino, Chama cha *Farabundo Marti National Liberatio Front* (FMLN) ya Al-Salvador na Chama cha *African National Congress, Pan African Congress na South African Communist Party,* vyote vya Afrika Kusini.

Tulisaidia chama cha Irish Republican Army huko Uingereza na Sudan Peoples Liberation Army cha Kusini mwa Sudan. Hapa jirani kwetu, tulishangilia kila mara wapiganaji wa Museveni waliposhinda dhidi ya udikteta wa Obote. Wakati wa vikao vyetu vya jioni vya kunywa kahawa katika ukumbi wa Chuo Kikuu wa maakuli uitwao CCU (Central Catering Unit), ni wale tu wachache walioelewa vyema maudhui tuliyojadiliana kama vile Leon Trotsky na nadharia yake ya Ujamaa wa Kimataifa, George Plekhanov na Mao Tse Tung, juu ya manufaa ya wapiganiaji ukombozi kuwa kwenye sehemu za mashambani kuliko mijini na kadhalika. Samora Machel wa chama cha FRELIMO na Agostino Neto walikuwa ndio "chakula" chetu cha kujadiliwa kila siku.

Ilikuwa ni wakati huu ambapo vikundi vingi vya siri vyenye maongozi ya kikoministi kama vile *December Twelve Movement* (DTM) na Communist Party of Kenya (CPK) vilianza kuwa maarufu kote nchini Kenya na kusambaza machapisho yake katika kila pembe ya nchi. Hisia za kuichukia serikali zilifikia kilele hapo Agosti 1, 1982 kufuatia jaribio lililotibuka la kuipindua serikali lililofanywa na askari wa jeshi la wana hewa (*Kenya Air Force*). Jaribio hilo la mapinduzi lilisherehekewa na wanafunzi wengi wa chuo kikuu, lakini kuzimwa kwa jaribio lenyewe kulikuwa pigo kubwa kwetu na kuliacha hisia za usalitili na machukizo. Wanafunzi wengi walitiwa nguvuni na kufungwa akiwemo ndugu yangu mdogo, George, lakini chuki dhidi ya serikali ziliendelea kutokota. Wapinzani wengi kikiwemo chama kipya cha Kenya Socialist Alliance kilichoongozwa na Jaramogi Oginga Odinga na George Anyona, kiliingia mafichoni ili kuepuka kuhangaishwa kulikofuata huku wahadhiri wa chuo kikuu waliofuata maongozi ya kikoministi wakikamatwa na kutiwa kizuizini. Wale walioepuka adhabu hiyo walichunguzwa kila uchao na makachero na maelfu ya majasusi walioajiriwa kwa wingi kufuatia jaribio la kutisha la mapinduzi, na kupewa malipo mengi ili kuwadhibiti wenye siasa za kijamaa. Ni mmojawapo wa majasusi hao, TJ, ambaye alisababisha kukamatwa kwangu katika mwaka wa 1986.

Katika mwezi wa Oktoba 1985, miezi mitano baada ya kuwasili Mombasa, niliomba livu fupi kwenda Nairobi kuwaona jamaa na marafiki. Katika muda huo mfupi, nilikuwa nimeanza kuupenda mji wa Mombasa na pia kufurahia kazi yangu; kila kitu kilionekana kuniendea sawa sawa.

Nilipowasili Nairobi, nilikwenda hadi Thika kisha nikaendelea kidogo na safari hadi nyumbani katika kijiji cha Gatura nilikozaliwa na kukulia. Kila mtu alifurahi kuniona baada ya kupoteana kwa muda mrefu. Hata hivyo sikuweza kukaa sana kijijini kwani nilikuwa na kazi iliyoningoja kwenye ofisi kuu mjini Nairobi. Nilikwenda kwenye Ofisi ya Idara ya Habari, ambapo, miongoni mwa marafiki niliokutana nao ni TJ, ambaye alionekana kufurahia sana kuniona. Ingawa cheo changu rasmi kazini kilikuwa Afisa wa Habari, nilifanya kwa muda fulani kama afisa anayekusanya habari nyanjani na wakuu wangu walinipongeza kwa ripoti zangu ambazo nilikuwa nikiwasilisha kutoka mkoani Pwani.

Muda si muda, TJ alinialika kinywaji kwenye baa ndogo karibu na ofisi zetu. Tulibadilishana habari kuhusu kazi zetu tofauti na baadaye tukaingilia siasa, kama kawaida yetu. Nilimwuliza kuhusu fujo zilizotokea katika chuo kikuu ambapo viongozi wa wanafunzi wote walikuwa wamekamatwa na kufungwa jela eti kwa kupinga serikali. Hali katika nchi nzima ilikuwa bado haijatulia tangu kutokea kwa yale majaribio dhidi ya serikali na, shutuma dhidi ya serikali ya Moi ziliendelea kupokewa kutoka kila upande hata kutoka katika bunge la Kenya. Serikali za kigeni na mashirika ya ufadhili yalitaka serikali kuwajibika huku nao wapiganaji wa jeshi la Museveni wakikaribia kuutwaa mji mkuu wa Kampala; kulikuwa na matumaini makubwa kwamba Wakenya wenyewe wangeasi na kuiangusha serikali yao.

"Kuna makala fulani ya kisiri hapa jijini - umeyaona?" TJ aliniuliza tukiwa ndani ya mkahawa mmoja mjini.

"Makala yapi hayo?" Nikamuuliza.

"Haya ni makala makubwa sana. Lazima uyasome kwa sababu mambo yamefika kileleni. Jamaa wako tayari kuchukua hatua sasa." Akaongezea.

Nilianza kuvutiwa.

"Wapi naweza kupata nakala?" Nikamuuliza.

Alipendekeza twende nyumbani kwake tukatoleshe nakala ya hayo "makala" yake kabla sijapanda basi kuelekea Mombasa alasiri hiyo. Nikafikiri kidogo kabla ya kufanya uamuzi.

"Hapana wasiwasi," nikasema. Nitabadilisha basi na kuchukua lile la saa tatu usiku." TJ alikubali mara moja, akionyesha furaha.

Tulielekea kwenye nyumba yake ambayo ilikuwa mwendo mfupi tu katika mtaa wa Ngumba, Ruaraka ambapo alitayarisha kwa haraka chakula cha mchana: nyama, mboga za majani na ugali, huku nikipitiapitia vitabu vya kupendeza na majarida juu ya shubaka lake. Aliniazima nakala mbili za jarida liitwalo *South Magazine* na mkusanyiko wa mashairi kutoka kwa wapiganiaji uhuru wa Angola na Msumbiji.

Baada ya chakula niliingia chumbani mwake na kupata nakala mbili za maandishi yaliyopigwa taipu ya kawaida. Makala moja ilikuwa ya kikundi kilichojiita Mwakenya, ambacho sikukijua na makala ya pili ilikuwa ni kijigazeti cha kikundi hicho na taarifa ya malengo yake au "Ratiba ya Kazi" iliyojulikana kama "Mpatanishi Namba 14." Niliyapitia makala haya kwa haraka na kwa mvuto mkubwa. Yalieleza sababu za kuanzisha kikundi cha kupigana kwa siri dhidi ya serikali ili kuzuia kuzorota zaidi kwa uchumi na kuirudisha nchi katika demokrasia. Hizi zilikuwa habari moto moto.

"Ni kina nani walioanzisha kikundi hiki?" Niliuliza.

"Ni watu wenye mawazo ya kimabadiliko na kama ujuavyo, wao hufanya kazi katika makundi madogo madogo, kwa hivyo, sio rahisi kuwajua wote. Unapaswa tu kuwajua watu wa kikundi chako. Hii ni kwa usalama wako na ule wa kikundi kizima." TJ alinijulisha. Niliuelewa vyema mfumo wa vikundi vidogo katika vyama au mashirika ya kisiri na jinsi mfumo kama huo ulivyokuwa unafanya kazi kule Afrika Kusini na Ethiopia, kwa hivyo sikuuliza maswali zaidi. Niliyatia makala yale mawili ndani ya shati langu na kurudi ofisini ambapo nilikuwa nimeacha mkoba wangu. Niliyaficha makaratasi yale ya kichochezi chini kabisa ya mfuko wangu pamoja na vitabu nilivyovibeba.

Nilisafiri kwenda Mombasa kwa basi usiku huo, lakini sikudhubutu kusoma yale makala kabla ya kufika nyumbani kwenye usalama. Niliyasoma keshoye na kuhisi msisimko wa woga na hofu mwili mzima. Ingawa sikuwafahamu hasa, wanachama wa Mwakenya walikuwa wanapanga kuanzisha vita vya siri bila kueleza jinsi wangefikia shabaha zao. Nilihisi kwamba walikuwa watu waliokosa tahadhari katika mipango yao ya utendakazi, na nikawapuuza kama watu wowote wale wenye mawazo makali ya kiitikadi ambao walikuwa wakitoa hisia zao za hasira kwa kutamka istilahi ngumu kuhusu mabadiliko. Niliamua kuwapuuza na kuyaweka yale makala ndani ya mwanya katika ubao fulani kwenye ukuta mmoja wa nyumba ile. Sikumwonyesha mwenzangu niliyeishi naye makala hayo, kwa sababu, ingawa alikuwa rafiki wa karibu, hakuvutiwa sana na siasa za kikoministi kama mimi. Wikendi hiyo, Adongo, kiongozi wa hapo awali wa wanafunzi, alikaa kwenye nyumba yangu mtaani Buxton baada ya kulewa kwa kipindi fulani. Asubuhi baada ya kiamshakinywa tulipokuwa tunasoma magazeti, nilikumbuka yale "makala" na nikamuuliza kama alikuwa ameyasoma. Alisema hakuwa ameyasoma na niliyachukua na kumkabidhi yale makala ambayo aliyatia mfukoni ili kuyasoma baadaye. Hiyo ndiyo mara ya mwisho kuyaona "makala" hayo hadi miezi tisa baadaye wakati wa kuhojiwa katika vyumba vya mateso kwenye jumba la Nyayo House.

♦

Sura ya Tano

♦

Korokoro Zilizojaa maji

Siku mbili za kwanza tangu niwasili katika jumba la Nyayo House, niliitwa katika chumba cha mahojiano zaidi ya mara sita, na kila mara niliwekwa mbele ya jopo la wahojaji wawili au watatu ambao waliniuliza maswali mfululizo kuhusu uhusiano wangu na viongozi wa hapo awali wa wanafunzi waliotambulikana kuwa na mawazo ya kikoministi.

Shabaha yao ilikuwa kunilazimisha kuungama kwamba nilikuwa mwanachama wa kikundi cha Mwakenya, jambo ambalo nililipinga kabisa. Kwa wakati mmoja walinionyesha picha ambazo nilikuwa nimepigwa nikiwa naye kiongozi wa awali wa wanafunzi wa chuo kikuu Mwandawiro Mghanga ambaye alikuwa katika darasa langu na alikuwa rafiki yangu pia. Picha hizo zilipigwa tukiwa katika mkahawa na nilikuwa nimevaa jaketi na tai, lakini sikuweza kufahamu mahali au wakati wenyewe.

Kisha nikakumbuka: Picha walizonionyesha zilikuwa zimepigwa bila mimi kujua jioni moja nilipokutana na Mghanga. Huo ni wakati nilipokuwa nikifanya kazi kama mwanahabari wa serikali Nairobi mara tu baada ya kufuzu chuo kikuu. Tulikutana kwa sadfa tu ile siku niliyopokea mshahara wangu wa kwanza, na nikamwalika kinywaji katika mkahawa uliokuwa karibu wa *Garden Square* kupitisha muda kidogo kabla ya kukutana na rafiki yangu, Njuguna Mutahi. Mghanga alikuwa amerudi tena katika chuo kikuu kusomea Shahada ya Uzamili na alikuwa anaongoza msisimko mpya wa kisiasa chuoni huku akijitahidi kuwaunganisha wanafunzi wote chini ya chama cha kitaifa. Wahojaji walinionyesha kile walichokiita ungamo la Bw. Adongo akinihusisha na kikundi haramu cha Mwakenya. Niligundua baadaye kwamba huo ulikuwa ni uongo tu wa wahojaji.

Walinionyesha taarifa kutoka katika kijidaftari chake cha mfukoni zilizotaja mikutano kati yangu na watu ambao, kwa maoni ya wahojaji, walikuwa hatari kwa usalama wa nchi, lakini nilikataa madai yao yote. Walinitolea kadi yenye anwani rasmi ya afisa wa mashauri ya kijeshi katika Ubalozi wa Ufaransa ambaye walisingizia alikuwa ananisaidia kupata silaha za kutumiwa na wapiganaji waasi. Niliwaeleza kwamba niliipata ile kadi nilipohudhuria sherehe fulani Mombasa kukusanya habari ambapo Balozi wa Ufaransa alikuwepo kutoa msaada wa motoboti mbili kwa Naibu-Mkuu wa Mkoa, Bw. Barrack Mbaja. Mashua hizo zingetumika katika wilaya yenye hali ngumu ya kimaisha ya Tana River. Pale mhojaji mmoja alipoona mchoro wa shati ya kitenge katika kijitaftari changu, alinisingizia kuwa nilikuwa nimepewa kandarasi ya kutayarisha sare za wapiganaji waasi. Alisema palikuwa na ushahidi wa kutosha kwa vile wanachama wa kikundi hicho haramu kote nchini Kenya walivalia vitenge! Nilijaribu kuwafahamisha falsafa yangu ya maisha kwamba ingawa sikuunga mkono yote yaliyotendwa na serikali, sikuwahi kwa wakati wowote ule, kujiunga na kikundi chochote haramu kupigana na serikali.

"Unawezaje kuwa marafiki na watu wote hao ambao tuna ushahidi kuonyesha wanapingana na serikali kinyume cha sheria na huku unaendelea kudai huna hatia?," walizidi kuuliza. Niliwaeleza kuwa wengi wa watu walionisingizia kuwa karibu sana nao walikuwa wanafunzi niliosoma nao katika chuo kikuu wala sikufahamu iwapo yeyote kati yao alihusika katika vitendo vyovyote vya kuihujumu serikali.

"Ulipokea nakala ya makala ya Mwakenya. Unakubali kuwa yaliyomo yalikuwa mawazo maovu—kwa nini hukuwafahamisha polisi?" akauliza yule afisa mwembamba aliyevaa miwani na mwenye akili shupavu ajabu.

"Tangu niingie katika chuo kikuu, nimewahi kusoma makumi ya makala na vikaratasi vilivyokosoa serikali kwa maovu ya kila aina dhidi ya umma na kutoa mwito wa mabadiliko. Kwa maoni yangu, makala hayo ya Mwakenya hayakuwa tofauti na ndio sababu sikuyachukulia kwa uzito. Niliyapuuza yaliyokuwemo na kuendelea na maisha yangu ya kawaida." Nikajibu.

"Unaweza kukana kuwa ulilishwa kiapo katika nyumba moja ambapo ulipewa makala hayo? Tuna ushahidi unaodhibitisha kwamba nyumba hiyo ilikuwa mojawapo ya vituo vya kulisha watu kiapo?" Afisa mwingine aliuliza.

"Sikula kiapo kamwe. Hata hivyo siamini ni lazima kumlisha mtu kiapo ili akubali jambo ambalo linatokana na uhalisia usiopingika." Nikajibu.

Kisha ikafuata kauli ya kustaajabisha kuliko zote.

"Ni dhahiri kwamba umepata mafunzo mwafaka juu ya mbinu za kukwepa maswali unayoulizwa na kwa sababu hutaki kushirikiana nasi, tutakuchukulia kuwa mhalifu sugu. Mpeleke chini," akabweka afisa mwingine ambaye meno yake yote ya juu yalikuwa yameoza na kukatikakatika yakabaki vijisehemu vidogovidogo. Alikuwa anavuta sigara mfululizo wakati wote wa mahojiano.

Nilistaajabishwa sana na maneno hayo. Wakati wote wa mahojiano, nilikuwa na hakika kwamba majibu yalikuwa ya kuaminika. Niliweza hata kuwaza kuhusu uhuru wangu ambao ningeupata hivi karibuni. Ghafla hayo yote yalikatishwa na nilikabiliwa na mateso mapya mabaya zaidi. Hali hii iliniungulisha sana. Nilichukizwa na utaratibuwa wa kijinga. Kwa nini hawakutaka kunishtaki mahakamani iwapo walikuwa na hakika nilikuwa na hatia yoyote? Hali yangu ya kuvunjika moyo iligeuka haraka na kuwa hasira dhidi ya mambo niliyokuwa nayapitia huku nikiongozwa kwenda kwenye lifti, niliomba niruhusiwe kuwasiliana na wakili.

"Kwa nini hutaki kukiri mashtaka dhidi yako na mambo yaishie hapo?," yule afisa mnene na mcheshi akaniuliza huku akinishikilia kwenye kisugudi nikiwa gizani macho yamefungwa.

"Nikiri nini? Sina hatia yoyote," nilijibu kwa sauti. Alinipeleka ndani ya chumba cha seli kilichokuwa giza na kuniamrisha nimpe godoro na kuvua nguo zangu zote. Nilisita kidogo na akanikaripia kwa sauti ya kutisha. Haraka haraka nilivua nguo na kubaki uchi wa mnyama nikingoja lile ambalo lingefuatia. Hapa palikuwa na vituko vingi lakini baada ya siku nne, hisia zangu zilikuwa zimekufa ganzi dhidi ya mshtuo na janja za wale wapelelezi. Nilisimama uchi ndani ya seli, nilishikilia sehemu zangu nyeti nikitarajia yanipate mabaya zaidi.Niliangalia juu darini ambako taa ilikuwa imefichika ndani ikabaki kutoa miale kupitia mianya midogo na hapo nikaanza kusoma maandishi ya ukutani yaliyoachwa na wafungwa walionitangulia.

Mara ghafla, ile taa ikazimika na kuniacha katika kiza kikuu bali na mwale mwembamba kwenye mlango uliotumiwa na makachero kuchungulia ndani. Kisha nikasikia vishindo vya miguu na mara mlango ukasukumwa na kufunguliwa kwa nguvu. Kabla sijatanabahi, mchirizi wa maji baridi kama barafu kupitia mfereji mkubwa wa kuzimia moto ulioshikishwa na yule kachero mnene ulinipiga kwa nguvu na kunigongesha ukutani, huku nikihema. Alinielekezea ule mchirizi usoni, kwenye sehemu za siri na mgongoni kwa zaidi ya dakika kumi za uchungu mwingi, kisha akaufunga mlango na kuniacha nimelowana maji, natetemeka, nimepigwa na mshtuko, nikiwa ndani ya maji yaliyojaa chumbani mle mwenye giza kufikia kina cha inchi nne. "Naweza kukabiliana na hali hii," nikajiambia kwa ujasiri, nikitumainia kuwa mateso hayo yangechukua saa chache tu na kisha waniite kwa mahojiano tena. Nilikuwa nimekosea sana.

♦

Sura ya Sita

♦

Muda Mrefu Gizani

Saa chache za mwanzo za mateso yangu ambazo nilitumaini zingepita punde tu, ziligeuka na kuwa zigo kwangu. Kusimama uchi ndani ya maji kulinifanya kujisikia mnyonge na kuzizima kwa baridi. Nilipoteza wakati kwa kutembea tembea upande huu na huu nikipiga teke yale maji ili kuhakikisha mkimbio wa damu mwilini. Njia moja ya kupendeza ya kupitisha wakati ilikuwa ni kujikojolea miguuni na kufurahia joto nililopata.

Nilifikiria vitabu nilivyokuwa nimevisoma juu ya mateso na adhabu kifungoni, kwa mfano, kitabu chake Arthur Koester kiitwacho, *Darkness at Noon*, ambamo S. Rubashov, aliyekuwa kiongozi wa chama wakati wa Stalin alikuwa akihojiwa kuhusu utomvu wake wa uaminifu kwa Chama cha Kikoministi. Niliweza tu kuyawaza maneno ya kifalsafa yaliyokuwemo vitabuni hivi ili kujipa moyo wa ujasiri. Baada ya saa kumi na mbili za kifungo, na bila yeyote kuja kuniangalia, nilianza kuwa na wasiwasi. Je, iliwezekana waniache humu ndani nikiwa uchi, ndani ya maji yaliyofika visiginoni kwa siku nyingi hadi nikubali kutia sahihi taarifa ya kukiri? Hawakuwa wameniletea chakula nilichokizoea sana cha mboga za majani na ugali. Kwa hivyo kuniacha na njaa ilikuwa mojawapo ya mbinu zao pia? Nilitafakari.

Kufikia sasa, haikuwahi kunipitikia akilini mwangu kuwa walinichukulia kwa dhati kama mshukiwa wa mashambulizi ya siri. Kwa muda wote huu nilikuwa nikichukulia kuwa wangetambua haraka kwamba walikuwa wakimzuilia mwanafunzi wa awali wa chuo kikuu aliyekuwa mwadilifu na aliyejitolea kuitumikia serikali ya nchi yake kama afisa wa habari. Kadiri dhiki ya njaa ilipoanza kulitafuna tumbo na miguu kuhisi baridi kali, nilitambua iliwezekana wao kulitenda jambo kama hilo, ili kudhibitisha ukweli fulani wa kisiasa. Haikuwa ajabu kwani hata Rubashov alilazimika kufa ijapokuwa alikuwa mzalendo kuliko wale waliomsingizia hatia — ili kumwezesha Stalin kudhibitisha kwamba walikuwemo wasaliti katika serikali yake.

Nilikuja kufahamu baadaye kuwa mtu mmoja alikufa ndani ya maji hayo siku chache baada yetu kuondolewa, mwathiriwa mwingine wa mahojiano hayo. Kifo chake hakikutokana na sababu nyingine ila uzalendo wake na ujasiri wake wa kukosoa jinsi mambo yalivyokuwa yakifanyika.

Baada ya saa kumi na mbili nikiwa nasimama na kutembea ndani ya maji yaliyokuwa na harufu mbaya kutokana na mikojo yangu, niliishiwa na nguvu kwenye magoti yangu na nikajaribu kukaa ndani ya yale maji. Nilikwenda pembeni mwa kile chumba kilichokuwa giza na polepole nikajinyoosha ndani ya yale maji baridi nikikeketa meno pale makalio yangu yalipogusa maji ya barafu na uume wangu uliojikunja, ukasinyaa zaidi ulipoingia ndani ya maji. Kwa muda wa nusu saa hivi, nilijaribu hapa kupata lepe la usingizi lakini ile baridi kali ilinifanya kujipindapinda bila mafanikio. Mwishowe, nilisalimu amri na kusimama tena.

Katika saa ishirini na nne zilizofuata, maisha yangu yalikuwa ni vipindi vifupi vya kukalia yale maji na kusimama kama mlevi macho yangu yakiwa yamefungwa nusu na mazito kwa usingizi. Baada ya muda fulani, akili zangu zilianza kunipotea. Fikira zangu zilihusu kumbukumbu za maisha yangu ya awali na, nilistaajabia udhahiri wa mawazo yangu. Nilikuwa nimesoma mahali fulani kuwa muhtasari wa maisha ya mtu ulimjia kwa udhahiri mkubwa muda mfupi kabla ya kukumbwa na mauti. Nilipigwa na mshtuko nilipowaza kwamba nilikabiliwa na uwezekano wa kufia ndani ya ile seli chafu. Nilijaribu kufikiria jinsi familia yangu ingeipokea ile habari: mamangu, babangu, ndugu, dada, marafiki wa familia na binamu zangu. Katika hatua fulani, hata niliweza kuwaza juu ya mazishi yangu.

Ili kuiondoa akili yangu kwenye mawazo yale ya kutisha kuhusu kifo, nilibadilisha mkondo wa mawazo na kufikiri juu ya siku za kupendeza katika maisha yangu. Niliweza kutenga msichana mmoja kwa zamu na kupitia kimawazo uhusiano wetu wa kimapenzi. Kabla ya kukamatwa, nilikuwa nimeazimia kuanza familia kwa kumwoa mmojawapo wa wasichana wawili waliokuwa wachumba wangu kwa wakati huo. Mmoja wao ni Sio, mwanahabari ambaye bado alikuwa mafunzoni.

Alikuwa mpenzi wa kupendeza na nilipata kuifahamu vyema familia yake, lakini nilimtilia shaka kwa sababu ya hisia za ajabu nilizokuwa nazo juu ya dadake mkubwa, mrembo mwenye akili pevu aliyezielewa hisia zangu za moyoni na vituko vya maisha yangu pia. Hisia hizo sanya zilikuwa za undani kwelikweli na zilinifanya kushuku kana kwamba urafiki wangu na dadake mdogo ulikuwa kisingizio cha kuweza kumkaribia huyo dada mkubwa.

Msichana wa pili aliitwa Jayne, mwanafunzi wa mwaka wa pili katika chuo Kikuu cha Nairobi, ambaye nilikuwa na uhusiano wa karibu naye sana tangu akiwa tineja. Sikuweza kuelewa mara moja kwa nini nilivutiwa naye lakini alikuwa akinisababishia hisia ambazo sikuweza kuzielewa tangu akiwa katika miaka ya mwanzo katika shule ya sekondari. Alikuwa msichana mrefu mwenye miguu ya mviringo ambaye tabasamu lake lilinisisimua kihisia. Wazazi na shangazi zake walifahamu uhusiano wetu na alikuwa amenitembelea wakati wa siku kuu ya Pasaka kabla ya kukamatwa kwangu. Licha ya kisa fulani kilichotokea katika wakati usiofaa kabisa, tulikuwa tumekubaliana kufunga ndoa wakati wa likizo iliyofuata huku akiendelea na masomo yake. Kisa chenyewe kilitokea siku yake ya kwanza kufika Mombasa.

Nilimpokea kwenye steji ya basi nikitumia Land-Rover ya Serikali na kwenda naye hadi ofisini mwangu. Nilifurahi sana kwamba hatimaye, aliweza kunitembelea, na jioni hiyo, nilimpeleka kwenye klabu kinachoitwa Tiffany's Night Club; tulikocheza densi hadi saa saba usiku halafu tukachukua teksi hadi kwenye nyumba yangu mtaani Buxton. Ilikuwa nyumba kubwa ya serikali yenye vyumba vitatu vya kulala na pia ikiwa na nyumba za wafanyikazi. Niliweza kumwona Jayne akijawa na furaha huku akiwaza maisha mazuri ajabu ambayo angeishi ndani ya nyumba hii akiwa nami, kipenzi chake.

Mimi na Jayne hatukuwa tumelala pamoja na hatua ya mbali zaidi tuliyofika katika mapenzi yetu ni kubusiana na kukumbatiana, jambo ambalo liliufanya moyo wangu kudunda kwa hisia za mapenzi. Sasa tulijipata hapa, ndani ya jumba hili tukiwa peke yetu, tukiwa na kitanda kikubwa cha futi sita urefu na upana ambacho nilikuwa nimekipata kwa mkopo wa kulipia polepole na ambacho nilikinunua mahsusi tayari kwa matumizi yetu na kwa maisha yetu yote ya baadaye pamoja.

Tulivua nguo huku tukipigana busu motomoto na kisha tukaingia kitandani. Kabla ya kuendelea zaidi, Jayne aliniambia kuwa alitaka kuniambia jambo.

"Dave, kuna jambo ambalo ni lazima ulifahamu," alisema maneno haya huku machozi yakimlengalenga machoni katika giza lenye mwangaza hafifu. Nilipigwa na butwaa: Mwanafunzi wa mwaka wa pili katika chuo kikuu na bado yu bikira! Nilikuja kugundua jambo hili hapo baadaye.

Furaha ya usiku huu mwanana ilikuja kuharibiwa pindi tu kabla hatujaanza kulala majira ya saa kumi alfajiri. Kwanza, mlango uligongwa kwa sauti ya chini. Kisha ile sauti ya mbisho ikapanda na sauti pia ya mwenye kubisha ikawa ya makelele. "Fungua mlango! Najua uko hapo na nimeambiwa umekuja na mwanamke. Nataka kumwona yu mrembo kiasi gani hata aweze kunipokonya wewe!"

Moyo wangu ulinidunda na kijasho baridi kikanipiga usoni. Kwa nini iwe sasa? Mungu wangu, kwa nini sasa?

Msichana aliyekuwa anabisha aliitwa Zubeida, rafiki yangu wa hapa karibu ambaye alinipunguzia ukiwa tangu nije hapa Mombasa yapata mwaka mzima uliopita na ambaye alivutiwa nami sana kiasi nikawa namwogopa wakati mwingine. Nilikuwa nimemwahidi kwenda kwenye starehe lakini nilipopata habari kwamba Jayne alikuwa njiani yu waja, kwa kweli nilimsahau Zubeida kabisa.

Baada ya kulia sana na kunitusi, hatimaye alikubali kuchukua teksi kwenda kwao nyumbani, Kisauni na wala sijawahi kumwona tena mpaka leo licha ya juhudi zangu za kumtafuta ili nipate kumweleza yaliyotokea na kumwomba msamaha. Uchungu aliouhisi usiku ule ulikuwa mkubwa sana na bado nasikitika kwa tukio hilo. Jayne alinisamehe kwa kosa langu lakini jambo hilo lilinipata wakati mbaya sana.

♦

Fikira zangu juu ya hadithi hizi ziliyaondoa mawazo yangu kutoka kwenye njaa iliyonikaba na baridi kali iliyonipata miguuni. Baada ya muda kupita, ukosefu wa usingizi ulianza kunipatisha mazingaombwe. Nilipouangalia ukuta, ulionekana kwenda nyuma na kusongea mbele. Kifua kiliniuma na kikaanza kupumua kwa shida. Niliita kwa sauti ya juu kwamba nilikuwa nafa, lakini, wale walinzi, iwapo kweli walikuwa wakishika doria, walipuuza kilio changu. Mara nyingine, nilipata kulala nikiwa nimesimama kisha niliangukia yale maji na kuamka tena nikiwa nimepigwa na mshituko. Niliimba nyimbo zote nilizoweza kukumbuka ili kujipa joto mwilini, lakini niliishia kuchanganya baadhi ya vifungu na hata kusahau maneno ya nyimbo nilizozifahamu vyema. Nilipiga milango iliyogomelewa vyuma lakini hakuna aliyenijibu. Polepole, nilianza kuamini kwamba ningefariki. Mara mbili, nilienda haja kubwa ndani ya yale maji na harufu nzito ya uvundo ya miguu yangu iliyoanza kuoza, ikichanganyika na ile harufu ya kinyesi na mikojo yangu iliweza kusonga pumzi za mtu yeyote. Nilijiuliza, hawa watesi wangu walikuwa Wakenya wa aina gani? Akili yangu ilikuwa inazunguka. Nilianza kuhisi kwamba nilikuwa nikipotewa na akili. Nilihitaji kuzungumza na mtu yeyote, hata wahojaji wangu—mtu yeyote. Nilikuwa tayari kwa lolote ili nitoke katika shimo hilo la jehanamu. Lakini hakuna aliyekuja.

Kumbukumbu yangu ya mwisho kuhusu seli hiyo kabla ya kupotewa na fahamu katika siku ya nne au ya tano, ilikuwa ni kile kishimo kidogo mlangoni wanachochungulia makachero. Kishimo hicho kilikuwa ndio asili pekee ya mwangaza na katika akili yangu iliyokaribia kuwehuka, ule mwangaza ulikuwa ukinijia kwa kasi, kama treni inapotokezea juu kutoka kwenye barabara ya kupita chini, ikiandamna na kelele kubwa na kisha kiza kitupu.

♦

Sura ya saba

♦

Kukiri

Niliamka na kujikuta ninabururwa na makachero wawili kutoka kwenye kitanda changu cha maji kupelekwa kwenye bafu. Nilikuwa uchi wa mnyama, mdhaifu na mlegevu kwa usingizi. Sikutoa upinzani wowote nilipokuwa nikitupwa chini ya mfereji wa bafu na kuanguka juu ya sakafu kama zigo. Walifungulia mfereji na maji ya baridi yakaniamsha katika usingizi wangu. Yule afisa mnene mchangamfu aliniambia niharakishe. "Fanya haraka twende safari," alisema. Sikuuliza ilikuwa safari ya kwenda wapi kwa sababu nilihisi kuwa mahali popote pangekuwa bora kuliko adhabu niliyokuwa nimeipata, mahali popote palikuwa bora kuliko lile shimo lililojaa maji. Baada ya kuoga kwa muda mfupi, walinitupia nguo, wakanipeleka katika seli iliyokauka ambapo waliniagiza nivae haraka. Nilitupia macho miguu yangu na kutambua ngozi yake ilikuwa na rangi mbaya sana; ngozi yake ilikuwa imeanza kubambuka kwa sababu ya kukaa sana ndani ya maji. Nilipandishwa ngazi hadi kwenye lifti, na kufungwa machoni, lakini nilitambua kuwa tulikuwa tunapanda juu. Huku macho yangu yakiwa yamefungwa, niliweza kujipatia lepe la usingizi. Nilijikuta katika chumba kitupu chenye stuli pale katikati.

Madirisha yalikuwa yamezibwa kwa vitambaa vya chandarua kizito lakini niliweza kutupa jicho na kuwaona wakazi wa jiji la Nairobi wakiwa katika pilkapilka zao. Hata hivyo, sikuweza kufahamu ilikuwa saa ngapi kutokana na mawingu mazito yaliyotanda. Kule kuuona mji kwa sekunde chache kulinikumbusha mengi yaliyonihuzunisha, na nilihisi msukumo wenye uchungu wa kutaka kuyarudia maisha ya kistaarabu kwa vyovyote vile. Nilifungwa macho tena na kupelekewa chumba kingine ambapo nilikutana na jopo jipya la wahojaji ambao walinikaribisha chai na kunipa sigara. Niliwaomba waniruhusu niende kulala na kisha waendelee na mahojiano yao baadaye lakini walinijibu kwamba nisiposhirikiana nao wangenirudisha "kulekule." Nilipewa rundo la karatasi na kuagizwa kwenda ndani ya seli ili niandike taarifa yangu ya kukiri.

Kwa bahati nzuri, niliruhusiwa kulala kabla ya kuanza kuandika. Nakisia nililala kwa zaidi ya siku nzima na pale nilipoamka, akili yangu ilikuwa imechangamka na nilibanwa na njaa kali. Nilikula chakula changu cha kila mara cha ugali na sukuma wiki kwa tamaa kubwa bila kujali na kuanza kufikiria hatua ambayo ingefuatia katika mahojiano. Yule afisa mnene alifika mlangoni pangu na tukawa na mazungumzo marefu ambapo alinishauri nitie sahihi taarifa ya ungamo au toba yangu nikikubali makosa yangu na hapo dhiki hiyo iniondokee.

"Lakini nawezaje kutubu kosa ambalo sikulitenda?" Nikamjibu.

"Si wewe peke yako. Wengi wamepata kuungama na kuachiliwa huru."

Alinionyesha kwa kidole safu ya vyumba vya seli. "Wale ambao wamo ndani," akaongezea, "ni wale Vichwa Ngumu" — wahalifu sugu— na wakiendelea kukataa kutubu, watapelekwa kizuizini. Yote mawili yanakutegemea wewe," alisema kwa sauti ya hasira na kuufunga mlango kwa nguvu.

Niliketi juu ya godoro na kuanza kuandika tawasifu yangu, kutoka kuzaliwa hadi shule ya msingi na kufikia chuo kikuu, na uhusiano wangu na viongozi wa wanafunzi. Niliandika kuhusu kazi yangu ya uanahabari na jinsi nilivyoingia katika mkasa wangu wa sasa kutokana na kosa la utambulisho. Nikaandika juu ya kujitolea kwangu kuilinda katiba ya nchi yetu na uzingatiaji sheria na kwamba sikuwahi kamwe kuwaza kushiriki katika shughuli zozote zilizo kinyume cha katiba za kupindua serikali. Baada ya kusoma mara tena zile kurasa sita, niliamini kwamba nilikuwa nimejitetea vilivyo na niliweza hata kuona nikiachiliwa, pengine hata baadaye siku hiyo. Nikamwita mlinzi na kumweleza nilikuwa nimemaliza kuandika taarifa yangu.

Nilifungwa macho na kurudishwa tena kwa wahojaji ambao walizisoma zile kurasa sita kimya kimya yule afisa mrefu mwembamba alinitazama akiwa ameshika tama kama dalili ya kunihurumia, kisha akaniambia.

"Inaelekea huelewi mpaka sasa uzito wa hali inayokukabili. Hatuko hapa kucheka nawe na tunatarajia uturahisishie mambo na ujirahisishie pia. Yote uliyoyapitia mpaka sasa ni kionjo tu; kuna mengi zaidi yaliyobaki, na usiposhirikiana nasi, tutakuadhibu kikamilifu. Sisi hatuna haraka." Alinikemea huku akizichana zile kurasa sita na kuzitupa ndani ya jaa.

"Mnataka niseme nini? Yale niliyowaambia ndio ukweli na hata naweza kula kiapo kuthibitisha hilo. Mimi si mwanachama wa kundi la mwakenya na wala hakuna mtu aliyenishirikisha katika shughuli zao." Niliwasihi bila mafanikio.

"Rudi korokoroni na uyafikirie mambo haya sawasawa. Kesho tungependa ushirikiane nasi vyema zaidi la sivyo tutakutia kizuizini." Bila uangalifu wowote, wale walinzi walinifunga macho tena na kwa haraka wakanisukuma ndani ya seli. Nilipigwa na mshituko mkubwa.

    Niliketi juu ya godoro katika chumba kipya cha seli kilichokuwa kimekauka na hapo nikachukuliwa na usingizi mzito uliojaa jinamizi. Nilijihisi nilikuwa naanguka katika shimo lisilo na mwisho na mara kwa mara, niliamka huku nimelowa majasho katika chumba kile kilichokuwa vuguvugu. Kufikia sasa, uwezekano wa kufunguliwa kwangu ulikuwa unaendelea kudidimia, uwezekano wa kubakia kifungoni kwa miaka mingi sasa ulikuwa dhahiri, mimi niliendelea kukataa jambo hili moyoni mwangu. Wakati mmoja, kifundo kilinikaba kooni na kifuani na nikahisi nataka kuripuka kwa hisia ambazo sikuwahi kuzipata hapo awali. Nilivunjika moyo nilipotambua kwamba ingawa nilitamani sana kuwa huru, uhuru huo haungepatikana na kuwa singeweza katu kuibadilisha hali hiyo. Nilijihisi kama mnyama aliyefungiwa tunduni nilipokuwa nikitembea upande huu na huu katika juhudi zisizokuwa na mafanikio za kupunguza hisia zilizonijaa moyoni na kunisonga kiasi cha kupumua kwa shida. Hatimaye niliangua kilio na kutiririkwa na michirizi ya machozi hadi mashavuni.

    Baada ya dakika tano za kilio cha kwikwi kilichoniumiza mbavu, mlundiko wa hisia zangu uliondoka na nikahisi kupumua na kuchangamka kama niliyetoka katika chumba maalum cha kukandia misuli.

Akilini mwangu nilihisi uhuru kutokana na hofu iliyokuwa imenizonga hapo kabla na nilianza kufahamu mambo kwa uwazi zaidi. Nilipolala tena, ulikuwa usingizi mtulivu uliojaa sauti nzuri na hisia za kuvutia. Niliota nikifanya mapenzi na mwanamke ambaye sikuweza kumtambua, lakini penzi lake lilikuwa tamu kweli. Niliamka na kuhisi kimya cha ajabu huku suruali yangu ikiwa imelowa, nikihisi uchafu lakini akilini nikiwa mchangamfu na mwenye furaha. Baada ya muda mrefu nikiwa nimeachwa peke yangu kimya katika seli, nilitamani angalau sauti hata ikiwa ni ya aina gani.

Kisha mazingaombwe yakanianza.
Kwanza nilitekwa na wazo la kupendeza kwamba mwanamke alikuwa akitembea katika varanda akifanya sauti ya mapigo ya viatu vyenye visigino virefu. Niliwaza juu ya miguu yake mirefu na uso wake mremboAlikuwa amevalia nguo nzuri, zenye kumchukua huku akipindapinda na kunyonga kiuno chake cha kuvutia kimapenzi akizungukazunguka katika kile nilichokichukulia kama ofisi fulani katika ghorofa iliyokuwa juu ya chumba nilichokuwemo.Angetembea kwa madaha ya kuvutia kimapenzi katika kile chumba kufikia mwisho wa chumba huku akazisukuma meza hapa na pale. Sauti ya mkwaruzo wa ubao juu ya sakafu ya saruji ilikatisha ile sauti tamu ya mpigo wa viatu vyake vyenye visigino virefu. Halafu, katika macho ya akili yangu, angerudia zoezi hilo akielekea upande wa pili. Ile picha ya

mawazoni mwangu ilinivutia sana hivi kwamba, kwa zaidi ya saa mbili, sikuweza kufikiria jambo lingine. Nilitamani kugundua yeye alikuwa nani na ni kazi gani hiyo ya kurudiwarudiwa aliyokuwa akiifanya. Tap! Tap! Tap! Tap1 Tap! Tap! Ile sauti iliendelea, na kisha, mara ghafla: krrrrrrrrrrrrrrrr-Bang! Bang! Na kisha kuanza tena mwanzo vile vile.

Kwa zaidi ya saa mbili, akili yangu ilitekwa nyara na sauti zile nilizoziwaza akilini mwangu hadi nikahisi akili yangu ingelipuka. Nilijaribu kuyaziba masikio yangu katika juhudi za kuzuia sauti hizo. Halafu nilianza kupiga kelele kwa sauti yangu yote ili kuizamisha ile sauti bila mafanikio. Niligundua kuwa mambo hayo yote yalikuwa yakitokea tu katika mawazo yangu, na nikaanza kuhofia kupoteza akili yangu. Baada ya saa nyingi, zile sauti za mapigo zilikatika na akili yangu iliondolewa kutoka hali ya mazingaombwe na kurudia tena wazimu uliotokana na kile kimya cha kutisha.

Pale ambapo nilianza kuzoea utulivu kutokana na kile kimya cha kufadhaisha, sauti nyingine ilianza kusikika. Wakati huu ilikuwa ni sauti kama ile inayofanywa na keekee inayotoboa mbao au chuma; sauti ya juu inayofikia kilele cha juu sana, na kisha kukoma ghafla na kurejelea hali ya kimya cha kutisha. Akili yangu ikawa inaathirika kwa kelele zilizotoka katika seli zilizoko katika ghorofa za chini, zilizonifanya nilihisi katikati mwa akili yangu kwamba akili yangu ingeripuka wakati wowote. Kisha taa zote zikazimika, na zile nafasi zilizokuwepo katikati ya vyuma vilivyokuwa juu ya mlango zikaanza kuingiza hewa iliyokuwa baridi ambayo, ilipochanganyika na giza pamoja na zile tajriba za hapo awali, zilinishawishi kwamba nilielekea kufa. Nikiwa nimetishika kweli kweli, akili yangu iliyowehuka ilianza kufikiria suluhisho ambalo sasa lilikuwa ni mojawapo ya haya mawili — jela au kifo! Kwa nini maisha yanionee kiasi hiki, nilishangaa; kwa nini mtu kama mimi aliyesingiziwa hatia alikabiliwa na hali ngumu kama hiyo?

Mlango ulifunguliwa kwa nguvu na yule mwanamume aliyekuwa kiongozi wa kikosi cha wahojaji. Aliniamrisha kutoka nje ya seli huku akiniambia, "Tutakwenda safari fupi, Bwana Njuguna.Vaa viatu vyako." Nilitii amri haraka haraka huku akili yangu ikienda mbio kufikiria jambo hilo: Wanapanga kuniua. James Opiyo alibeba bunduki ya rashasha mikononi mwake, bastola ilitengenezwa kwa fedha. Niliwaza kuhusu mauaji mengi ya kisiasa ambayo nchi hii ilikuwa imeyashuhudia, na nikaanza kutokwa na jasho. Nilichukuliwa, nikiwa nimefungwa macho, kupitia mlango mzito wa chuma katika ghorofa ya chini, tulipofika nje, niliingizwa katika kiti cha nyuma cha gari ndogo, lakini niliweza kufahamu kuwa tulikuwa katikati mwa jiji. Nilipofunguliwa macho, niliona kwamba, kwa kweli, tulikuwa kwenye maegesho ya kanisa la St. Andrews Cathedral karibu na mbweni ya wanafunzi wa kike wa Chuo Kikuu cha Nairobi.

Makundi ya wanafunzi walionekana wakipishana wengine wakipanda na wenzao wakishuka kwenye ile barabara ndogo. Nilijua kuwa ndugu zangu wawili, George na Mungai, na marafiki wengine wengi —walikuwa hatua chache tu kutoka pale tulipokuwa, lakini, bila shaka, hilo halikunifaa chochote. Kwa wakati mmoja, nilifikiria kuchomoka na kukimbia nikiita kwa sauti "Ndugu! Ndugu! Polisi wanajaribu kuniua!" Lakini nikakumbuka walikuwa wamejihami kwa bunduki mifukoni mwao na hapo nikaghairi wazo hilo. Baada ya dakika chache, teksi ilifika na kusimama kando mwa lile gari la polisi ambalo halikuwa na rangi wala nambari za serikali — hapo mwanamume mmoja ambaye nilimjua kutoka kwenye maegesho ya teksi ya *Florida Night Club* — alimkabidhi funguo za gari lake mmoja wa maafisa waliovalia kiraia. Kutoka kwenye Kanisa la St. Andrew, hawakunifunga macho tena na tulipokuwa tukipita kwenye mzunguko wa Globe Cinema kuelekea Muthaiga, nilipata ujasiri wa kuuliza: "Mnanipeleka wapi?" Sauti yangu nyembamba ilinikauka huku nikitazamia Msitu wa Karura ambapo wangenipiga risasi moja tu ya kichwa.

"Tunakupeleka *nyumbani!*" Opiyo alinieleza lakini matamshi yake ya neno "nyumbani" kwa kejeli yalinitia baridi ya woga mwingi. Tulipofika Muthaiga, tulielekea kwenye Mtaa wa Ngumba. Hapo ndipo nilipofahamu kuwa tulikuwa tukiingia katika mtaa ambapo TJ alikuwa amenipa yale makala ya chama cha siri cha Mwakenya. Kwa namna fulani, utambuzi huu ulinifanya kutulia kidogo. Nilitumaini kwamba TJ alikuwa ameerevuka baada ya kukamatwa kwangu, na alikuwa ametorokea mbali.

Walionekana hata kujua mahali ilipokuwa ile nyumba. Tulipofika kwenye lango, waliliegesha gari mbali kwenye barabara na wote wakatoka isipokuwa mmoja tu ambaye alibaki kunilinda ndani ya gari. Maafisa wawili walizunguka hadi nyuma ya ile nyumba, wakishikilia bunduki zao kwa makini kwenye mifuko ya suruali zao ili wasiwagutushe wenyeji. Kwa uangalifu, walifika kwenye mlango wa mbele na kubisha. Ile nyumba iligubikwa na kiza na hapakuonekana kuwa na dalili ya yeyote ndani. Baada ya kushauriana baina yao kwa muda mfupi, walirudi tena ndani ya gari na tukaondoka kurudi Nyayo House, ambapo tulifika mwendo wa saa tano usiku.

Ajabu ni kwamba, nilifurahi kurudi tena jela. Baada ya mawazo yangu kunionyesha kifo changu, Nyayo House palikuwa ni kama hoteli kubwa ya kifahari kwa akili yangu iliyojawa na dhiki. Nililala usingizi mzito huku nikiwa nimejiandaa kwa lolote ambalo lingetokea kesho yake. Akili yangu sasa ilikuwa imekufa ganzi na haikujalishwa na kile ambacho kingeweza kunipata hatimaye.

♦

Sura ya Nane

♦

Kiongozi wa Mashtakata na Hakimu

Lilikuwa jambo la kustaajabisha kuamka katika chumba changu cha seli nikijisikia mchangamfu kabisa, na nikiwa nahisi kwamba yale maisha ya kusinya katika Nyayo House yalikaribia kikomo. Sikujali tena yangekwisha vipi. Nilitamani tu mazingira tofauti — hata jela nyingine ambamo mlikuwa na wafungwa wengine, niliona ni chaguo bora zaidi. Sikuweza tena kuvumilia uwongo; majigambo yasiyokwisha ambayo, bila shaka yalinuiwa kuthibitisha madai ya uwongo: kwamba nilikuwa mtu hatari na aliyejaribu kuvuruga amani katika nchi ya Kenya; mwenye mawazo maovu na asiyekuwa mzalendo. Nilizingatia kwa dhati imani yangu kuwa Kenya ilikuwa ni nchi ya kuvutia ambayo ilikuwa ikiharibiwa na viongozi wenye tamaa ambao hawakuelewa hatima ya taifa walilokuwa wakiliongoza. Kitu cha pekee walichokuwa na hakika nacho ni matumbo yao ambayo walikuwa wakiyajaza kwa ulafi bila kujali uchumi na masilahi ya jamii. Ili kuonyesha walistahili kuendelea kutawala, walizua rabsha ambayo wameitumia kutuangamiza sisi. Kwa watu wajinga, mbinu za utendakazi wao zinaweza kufanya kazi kwa muda kidogo tu, na sasa tayari mbinu zao zilikuwa zimeanza kuzua mitafaruku ambayo ingepingana na matakwa yao ya kijinga.

Akili yangu ilirejelea hali yangu ya sasa. Huku nikiwa nimelala nikiegemea upande mmoja nyuma ya Land-Rover, Nilisikia uwepo wa mwili mwingine kando yangu. Niliweza kuona kupitia mwanya mdogo chini ya kitambaa nilichofungiwa machoni jozi ya viatu vya buti. Nilikuwa nimeviona wapi viatu hivi hapo kabla? Kisha nikakumbuka ilikuwa SG. Baada ya kitambo kirefu sana cha upweke, sikuamini kwamba nilikuwa nimeketi pamoja na mtu niliyemjua vizuri kiasi kile.

"SG," niliunong'onezea ule mwili.

"Mutonya," ulinijibu na tukaanza kutafutana gizani tupate kuamkiana kwa mikono. Mmoja wa askari aliyekuwa kwenye kiti cha mbele alituangalia na kusema kwa kejeli, "Mna maana kuwa nyie mnaweza kutambuana kwa harufu hata mkiwa mmefunikwa na giza? Hapo akasababisha kicheko kutoka kwa wenzake. Tulijiunga na kicheko chao na hapo nikaanza kutambua kuwa sikuwa nimewahi kucheka kwa wiki mbili sasa tangu nikamatwe.

"Kwa vile mnajuana, sasa fungueni macho yenu lakini mbaki mmegemea nyuma -- mngependa kuvuta sigara? Yule askari mnene aliuliza huku akichomoa sigara mbili aina ya Sweet Menthol katika paketi iliyokunjamana na kutuwashia. Hatukuweza kujadiliana mengi kwa wakati huo bali tulibadilishana maoni machache kabla hatujawasili kwenye makao makuu ya Idara ya Upelelezi wa Jinai (CID) kule Kilimani ambapo tulipelekwa kwa haraka katika vyumba tofauti.

Ilionekana dhahiri kwamba hata wale makachero waliotulinda walikuwa wameanza kuchoshwa na mchezo huu na walikuwa wakitafuta njia ya haraka ya kumalizia sarakasi yenyewe. Mchana kutwa wa siku hiyo tuliutumia kwa kujadiliana nao kuhusu aina ya taarifa ambayo tungeandika, lakini hata kufikia mwisho wa mjadala, hatukuweza kuafikiana kwa sababu walitaka nijishtaki kwa kusema kuwa nilikuwa nimekula kiapo (ambacho sikula) na kubadilisha tarehe nilizokuwa na makala ya uchochezi kutoka Oktoba hadi Februari, ili tarehe hiyo mpya ilingane na kipindi cha kuweza kushtakiwa kuambatana na sheria. Nilikataa.

Jioni hiyo tuliporudishwa kwenye seli zilizoko ghorofa za chini ya ardhi, Bwana Opiyo aliniita ndani ya ofisi moja ndogo karibu na lango la kuingilia na kunionya kuwa iwapo singekiri makosa yangu, siku iliyofuatia, ningetiwa kizuizini bila shaka. Pia alinikumbusha mateso mabaya ya pale Nyayo House ambayo ningeyapitia, ambayo huenda akaamrisha yarudiwe kama singeshirikiana nao. Nilisema nilihitaji wakili kunitetea dhidi ya shtaka la kupatikana na makala ya uchochezi lakini akanijibu kwa ujeuri kuwa kesi kama ile iliyonikabili haihitaji wanasheria. Alinisomea orodha ya majina ya wanafunzi wa Chuo

Kikuu cha Nairobi ambao tayari walikuwa wamekiri na kuanza kutumikia vifungo vyao. Nilishawishika kutia sahihi ungamo langu ili niweze kujiunga nao angalau tuendelee na mapambanoo tukiwa pamoja. Niliporudishwa kwenye mahojiano asubuhi yake, niliisoma ile taarifa ya kusingiziwa haraka haraka na kuitia sahihi huku nikijiachilia yanipate yoyote yatakayotokea. Maadam walikuwepo wenzangu walionitangulia, sikujali tena; jambo la pekee nililolitaka ni kuondoka mikononi mwa makachero wa ujasusi (Special Branch), na kumbukumbu za mateso ya Nyayo House.

Mwendo wa saa kumi na moja jioni hiyo, mimi na SG tulisindikizwa chini ya ulinzi mkali na kupelekwa kwenye seli zilizokuwa katika ghorofa za chini katika majengo ya Mahakama ya Nairobi. Tulifungwa pingu huku tukisimama kumgonja hakimu wa "kusikiliza kesi" katika seli ya mahabusu iliyonuka uvundo. Mahakama yalikuwa tupu, watu walikuwa wameenda nyumbani, na kufikia pale tuliposimama kizimbani mbele ya hakimu, ilikuwa saa kumi na mbili jioni. Nilipokuwa ninaongozwa kupanda ngazi kwenda mahakamani, niliwaona baadhi ya makachero wa Special Branch wakiwa wamesimama mahali tofauti katika jengo la mahakama, bunduki zao tayari.

Tulipofika ghorofa iliyomo Mahakama namba moja, niliona kikundi cha wanahabari — wakiwemo wengine niliowahi kufanya kazi nao mjini Nairobi-- wakishughulika kupiga picha huku tukimfuata askari-jela aliyevalia sare za kijani. Ndani ya chumba cha mahakama, nilimkuta SG tayari amesimama kizimbani na hapo tukazungumza kwa muda tukiwa tunamsubiri hakimu aje kutumalizia dhiki yetu.

Chumba cha mahakama kilijaa watu pomoni na mtu wa pekee niliyeweza kumtambua ni David Githanda —wakili wa kibinafsi ambaye tulikuwa tukifanya mazoezi ya kukimbia pamoja tulipokuwa katika chuo kikuu. Kisha, hakimu mwenye umbo ndogo, aliyevaa miwani na suti ya kijivu akaingia, kwa unyenyekevu akitazama huku na huku kana kwamba yeye ndiye aliyekuwa akishtakiwa.

Kiongozi wa mashtaka hakuwa mwingine ila Jaji Mkuu wa Kenya wa hapo awali aliyekashifiwa, Bwana Bernard Chunga. Aliketi kwa kiburi katika mahali pake akiwa amevaa suti isiyomtosha kamwe na akionekana kama mtoza ushuru kuliko mwanasheria. Saa kumi na mbili jioni ikagonga-muda mrefu sana baada ya saa rasmi ya mahakama kufunga kazi. Tulikuja kufahamu baadaye kwamba hakimu yule, Bwana H.H. Buch, alikuwa ameitwa kwa dharura kutoka mahali fulani mjini ili kuja mahsusi kutuhukumu.

Tulitazamana na wanahabari wenzetu ambao walikuwa wameshughulika kutupiga picha tukiwa tumevalia mavazi yetu machafu na yaliyokunjamana na pia tukiwa tumefuga madevu, ambayo yalikuwa yamerefuka ajabu katika makazi yetu ya giza kwenye vyumba vya seli katika ghorofa za chini ya ardhi. Wanahabari walizungumzia kwa mizaha ziara iliyokuwa ikiendelea ya mwanamuziki wa Kongo, Franco Luambo Makiadi ambaye alikuwa akitumbuiza mjini Kisumu jioni hiyo. Hiyo gumzo yao ilinizidishia hamu ya kuwa na uhuru na kule kutambua kuwa huenda nikakosa kufurahia anasa kama hizo kulinifanya niungulike ndani kwa ndani hata kufikia kutaka kujitoa roho. Mmoja wa wale makachero wa Special Branch alikuja kizimbani pale nilipokuwa na kuniambia, "Kumbuka makubaliano yetu: ni bora kukiri makosa na kupewa adhabu ya kifungo kifupi kuliko sisi kukurudisha katika seli na baadaye kukutia kizuizini."

"Kwa nini nisikubaliwe kuwa na wakili?" Nilimuuliza.

"Wewe huelewi. Ni bora kukubali na kumaliza mambo haya. Ni salama zaidi." Nilielewa alilokusudia lakini niliudhika kiasi cha kutaka kujitapikia kwa aibu ya unyonge wangu.

Baada ya mashauriano kwenye meza ya hakimu baina ya wale Chunga, makachero na hakimu, nyundo iligongeshwa meza na hapo hukumu zikaanza kutolewa.

"David Njuguna Mutonya?" Niliinua mkono na nikaamrishwa kusimama. Hapakuwa na masihara hapa. "Umeshtakiwa kwamba mnamo tarehe 5 Januari, 1986, mjini Mombasa ulipatikana na maandishi ya uchochezi kinyume cha sheria za Kenya. Unakubali au unakana?" Hakimu alizungumza kwa sauti yenye kitetemeshi. Nikanyamaza nikifikiria mambo mengi miongoni mwake yakiwa ni pamoja na kimya kama mbinu ya kujitetea. Niliweza kung'amua hisia za kutoridhika na ghadhabu miongoni mwa makachero wa Special Branch ambao waliniangalia kwa hasira na kwa kutaka kunitisha. Hata yule kiongozi wa mashtaka aliyekuwa na huruma alionekana akijifurukusha kitini mwake. "Nakubali!" Nilisema, na niliweza kuona hisia za kutulia katika nyuso zao wakifurahi kwa kujua kuwa njama yao yenye uovu ilikuwa imefaulu kwa mara nyingine tena. Pengine mmoja wao angepandishwa cheo kutokana na jambo hili. Nilijihisi mgonjwa, lakini ikiwa nilifikiri huo ndio ulikuwa mwisho wa mambo, nilikosea sana. Yule Kiongozi Mkuu wa mashtaka, adui wa wapinzani wote wa kisiasa wa Kenya, malenga wa ulumbi katika taaluma ya uchunguzi, Bwana Bernard Chunga, akachukua fursa yake.

"Mheshimiwa, mshitakiwa ni mtu hatari ambaye hapaswi kuruhusiwa kuishi katika jamii ya wapenda amani. Kwa maneno yake mwenye, amekubali alikula njama na wenzake ambao hawajafikishwa mbele ya mahakama hii ili kuvuruga na kuhatarisha amani na utangamano uliopo katika nchi hii. Amekiri kupatikana na maandishi yaliyo kinyume cha sharia, *Mwakenya* na *Mpatanishi Draft Programme No. 14*, makala zote mbili zinawahimiza Wakenya kuchukua silaha dhidi ya serikali halali ya Kenya. Mheshimiwa, mshtakiwa ni mtu mwenye elimu ambaye amepokea shahada ya kiwango cha juu katika somo la fasihi na siasa kutoka katika Chuo Kikuu cha Nairobi, na kwa hivyo hawezi kudai kutofahamu mambo. Mheshimiwa, upande wa mashtaka ungependa kuhimiza mahakama kutoa adhabu kali sana ambayo itawazuia Wakenya wengine wenye nia mbaya, na ambao wangependa kuhatarisha maisha ya mamilioni ya Wakenya wanaoishi kwa amani na utengamano.

Bwana Chunga aliendelea kuvua na kuvaa miwani yake huku akitoa hotuba ya kunihujumu. Aliendelea kuhutubu huku nikizidi kumwajabia. Sikuwa nimetarajia ule uwongo na kujitolea kwake kuhakikisha nimepewa adhabu kali zaidi. Nilitamani kuangua kicheko, nikifikiri pengine alikuwa amechanganya maneno yake aliyokuwa ameyapanga. Lakini nilitambua haraka kwamba hotuba hiyo haikukusudiwa kuhakikisha kifungo cha Njuguna Mutonya bali kuutangazia uliwengu kwamba washtakiwa wote waliofikishwa mbele ya mahakama walikuwa Wakenya hatari waliostahili vifungo walivyopewa. Niligundua kuwa nilikuwa mjinga kufikiri kwamba mahakama ingetambua kwamba nilikuwa raia mwema asiyekuwa na hatia.

Mahakama ilitumiwa kama sehemu ya maonyesho haya ambayo shabaha yake ilikuwa kuhakikisha uongozi wa Moi ulishinda kwa vyovyote tishio la pingamizi za ndani mwa nchi kutokana na kushindwa kwa serikali kudhibiti uchumi, tatizo la ufisadi na tamaa. Serikali ilihitaji kuuwambia ulimwengu kuwa matatizo yote yaliyoikabili hayakutokana na tamaa ya uongozi, kukosa kuwajibika vilivyo au utovu wa uzalendo, lakini hasa yalisababishwa na hujuma za waasi. Walikuwa wamebuni kisingizio ili kujiepusha na lawama kutoka kwa wafadhili wao wa nchi za Magharibi. Mimi nilikuwa kafara tu katika mchezo huu wao wa kiwango cha juu.

Nilitoa utetezi wangu huku nikibubujikwa machozi, nikiwa nafanya hivyo shingo upande. Nikiwa katika hali hii ya hisia za kujisikitikia na kulia, nilisikia ile sauti ya juu ikitangaza.

"Mahakama imekupata na hatia kwa kosa uliloshtakiwa na imekuhukumu kifungo cha miaka minne jela." Aliigonga meza iliyokuwa mbele yake kwa ile nyundo ya mti, na nikajihisi nanyanyuliwa na askari polisi wenye silaha nikielekezwa katika seli kungoja gari la jela ili nikaanze kifungo changu.

Miaka minne! Akili yangu ilishindwa kufahamu jambo hilo. Nilikuwa katika usingizi wa kutoamini, mshtuko na maumivu ya kiakili. Nilijipata ninacheka bila kikomo wala sababu maalumu. Nilihofu kwamba, hatimaye nilikuwa nimerukwa na akili. Pale SG alipoletwa chini katika vyumba vya seli na kuniambia alikuwa amepewa kifungo cha miezi 15, tulikumbatiana na kutokwa na machozi ya furaha. Angalau, hatungerudi tena kwenye vyumba vya Nyayo House.

♦

Sura ya Tisa

◆

Kujifunza Maisha ya Jela

Lori lenye rangi ya kijani tulimopakiwa lilisindikizwa na magari mawili ya polisi yenye king'ora yaitwayo 999, Land-Rover moja iliyojaa askari wa kikosi kikali cha GSU au Fanya Fujo Uone, (Pia, "Kofia Nyekundu), na gari lingine lenye nambari za kiraia lililojaa makachero wa Special Branch. Gari lilipokuwa linakwenda mbio kwenye mitaa ya jiji, niliweza kufikiri kwa hakika kwamba Wakenya sasa walikuwa wameshawishika kuwa waliokuwemo ndani ya lori hilo walikuwa wahalifu hatari katika jamii. Ndani ya lori, mimi sasa nilifunganishwa pingu na Adongo.

Tuliweza kuwaona watu wakienda nyumbani kutoka jijini; pia tuliweza kuwaona ndege wakiruka juu ya madirisha yenye vyuma. Nilijisikia vyema zaidi ya wakati wowote ule baada ya kukamatwa kwangu. Kule jela, angalau nitaweza kutembelewa na wageni. Ningekuwa na nafasi ya kuwaona ndugu na marafiki tena. Ilikuwa kana kwamba, kwa kupewa kifungo cha jela, tulikuwa tumetimiza lengo muhimu, nafasi ya kuishi tena kwa kujiepusha kuteswa hadi kufa ama kuuawa moja kwa moja.

Kwenye mlango wa kuingilia Jela iliyoko kwenye Mtaa wa Viwandani, magari yaliyotusindikiza, yalingoja mpaka lori likakubaliwa kuingia kisha yakaenda zao kwa kasi, pengine kwenda kuwasindikiza Wakenya wengine hatari kwenda kwenye jela nyingine. Mara tu tulipoingia kwenye eneo la jela lililozungushiwa ukuta, tulipokelewa na Sanjenti mwenye makelele ambaye alituamrisha "Piga kava" (chuchumaa) mara moja. Adongo, ambaye alikuwa amekamatwa kabla yangu, kufuatia machafuko ya baada ya jaribio la mapinduzi la mwaka 1982, alinishauri kuchutama haraka huku yule Sajenti akinirukia kama mwewe.

Majina yetu yaliitwa na hapo, mmoja moja, vichwa vyetu vilinyolewa na mmoja wa wafungwa ambao walikuwa wakingoja karibu na ofisi. Kisha tukaamrishwa kuvua nguo zote. Kufikia sasa, nilikuwa sijalishwi tena na uchi wangu. Lilikuwa jambo la kustaajabisha kwamba sasa ningeweza hata kusimama nikiwa uchi, na kuwakabili watu wowote bila hata kuogopa. Askari jela alitokezea katika ofisi akibeba rundo la sare chafu nyeupe za jela. Alimtupia kila mmoja wetu jozi ya nguo hizo na kutuamrisha kuzivaa. Ile shati ya pekee ilikuwa imekunjamana na ilikwaruza mwili huku suruali ikiwa haina vifungo wala mkanda wa kuifungia.

Tulionekana kama vinyago vya kuchekesha tulipokuwa tunachechemea kwenye uwanja waeneo la jela, tukishikilia suruali zetu mkononi na mkono wa pili ukishikilia ndoo ndogo ya kuwekea chakula inayojulikana katika lugha ya jela kama *mululu*. Ndani yake mlikuwa na chajio chetu cha maharagwe makavu na ugali mbichi. Kama ilivyo katika senema, niliwaza, huku tukisukumwa ndani ya ukumbi ambao tayari ulijaa wafungwa pomoni kiasi cha kukosa pa kusimama. Wanaume wengi walisimama wakituchunguza tu kwa mchanganyiko wa chuki huku wakijitahidi kutoonyesha hisia zozote nyusoni mwao. Niliweka chakula changu chini ili kufunga vizuri suruali yangu iliyokuwa inaanguka — sikukiona tena kile chakula changu. Huu ni ulimwengu tofauti, nilijiambia huku nikitayarisha kulala njaa. Adongo alinicheka kwa ujinga wangu na, huku akiendelea kuangua kicheko, akanigawia chajio chake. Mtu mmoja aliyeonekana kama mfungwa wa muda mrefu alitujia na kuanza kutuhoji na kutuonyesha mahali pa kulala.

"Kwa nini mmeletwa hapa?" Akatuuliza.

"Tumefungwa kwa uchochezi. Wanadai walitupata na maandishi ya kuhujumu serikali." Adongo akajibu.

"Aaaaah!...*So you are those Mwakenya?* (nyinyi ni wale Mwakenya!). Je, mnaamini bila shaka kwamba mnaweza kupindua serikali ya Moi?" Wengi wa wale wafungwa wengine sasa walikuwa wanasikiliza kwa makini.

"Hata hivyo," aliendelea kusema, "Karibuni kwenye jela ya mtaa wa Viwandani." Halafu akatuelekeza. "Wewe utalala katikati ya hawa wawili— na wewe — aliniotea kwa kidole —"nenda pale karibu na vyoo."

Nililazimika kuchukua ile nafasi karibu na mlango wa vyoo vilivyonuka uvundo nikibanana na watu wengine wawili walionifahamisha kuwa walifungiwa kosa na wizi na uvunjaji wa nyumba. Hofu yangu kuu, hata hivyo, ni ile suruali yangu iliyopwayapwaya na ukuruba wa miili yetu iliyobanana, kwa vile nilikuwa nimeonywa kuwa ulawiti ulikuwa tatizo kubwa katika jela. Nililala huku mikono yangu miwili imedhibiti suruali yangu kiunoni kwani nilikuwa nikiwaza kwamba kila upande niliogeukia, niliwaza mfungwa aliyelala nyuma yangu alikuwa akijaribu kutumbukiza uume wake kwenye tupu yangu. Hata hivyo, hakuna baya lililotokea na nililala usingizi wa kuridhisha huku nikijua fika kwamba siku zangu za kuwepo kule Nyayo House zilikuwa zimepita na sasa ulikuwa umewadia wakati wangu wa kukikabili kifungo changu cha miaka minne.

Hakuna jambo lililoweza kunistaajabisha zaidi ya yote yaliyonisibu nilipokuwa katika vyumba vya mateso. Asubuhi iliyofuata, niliamka nikihisi uchangamfu nisioweza kuueleza na hasa nilifurahia uji usio na sukari tuliopewa baada ya kuhesabiwa alfajiri hiyo. Niliteuliwa kujiunga na kikundi cha kufanya kazi ya kufagia uwanja wa jela pamoja na vyoo vya nje na ni hapo nilipokuwa nasafisha ndipo nikasikia jina langu likiitwa.

"Mutonya! Njoo hapa! Nilisikia sauti niliyoizowea ikiita. Nilipokaribia ule mlango wa chuma, nilimwona Oduor Ongweny, mwanafunzi mwenzangu chuoni na kiongozi wa awali wa wanafunzi akitabasamu kupitia dirisha lenye waya. Nikakimbia kwenda kumwamkua rafiki yangu huku nikisahau kazi yangu. Jambo hilo lilinisababishia kuchapwa viboko na Sanjenti kwa mara ya kwanza na kuamrishwa kurejelea kazi. Kutokana na viboko hivyo, uzito wa maisha ya jela ulianza kunidhihirikia — kwamba haiwezekani mtu kufanya kile akipendacho na pia kila mara mtu huwa anachungwa.

Baada ya chakula cha mchana, mimi na Adongo tulitenganishwa na wahalifu wa kawaida na kupelekwa kwenye jengo la E walimokuwa wafungwa wengine wa kikundi cha Mwakenya. Kule kuwa pamoja na wenzangu hao wote, kulinifanya nijihisi kama nimerudia zile siku za kuwa chuoni. Kwa siku mbili nzima, tulijadili tu jinsi serikali ya Moi ilikuwa imeharibu kila kitu na ni kwa nini kila Mkenya alikuwa na wajibu wa kuivunjilia mbali serikali hiyo. Mtu fulani alitujulisha kwamba ile seli tulimofungiwa ndiyo ile ile alimofungiwa Shujaa wa Mau Mau, Dedan Kimathi kabla ya kunyongwa na serikali ya wakoloni.

Siku tatu baadaye, tulipakiwa katika malori tofauti na kuhamishiwa jela zingine. Ongweny, David Mzirai, Onyango C.A., mimi na wengineo tulijikuta tunapelekwa kwenye jela yenye ulinzi mkali ya kamiti ambapo tuliwekwa katika seli tofauti .

Usiku wangu wa kwanza nilikaa chumba kimoja na mhalifu sugu aliyefungwa maisha kwa kuua mara tatu na pia muuaji mnyang'anyi wa kutumia silaha aliyekuwa anatumikia kifungo cha miaka 14. Baada ya kujua mambo haya, kifungo changu kilionekana kama likizo! Kwa mara nyingine hofu ya kudhulumiwa kwa ulawiti ilinisibu wala sikupata hata lepe la usingizi. Baadaye nilielezwa na wafungwa wenzangu waliokuwa wamekaa hapo kwa muda mrefu kwamba ni wale tu walioridhia ndio walioshiriki katika ngono ya ulawiti. Isitoshe, wafungwa wengine hawangekuwa na ujasiri wa kuwanajisi wafungwa wa kisiasa kwa sababu walikuwa wenye hadhi ya juu zaidi katika mpangilio wa wafungwa wote.

♦

Sura ya Kumi

♦

Katika Jela ya Kamiti

Asubuhi yangu ya kwanza katika gereza lenye Ulinzi Mkuu la Kamiti ilianza kwa mshangao nilipoanza kufahamu jinsi gereza hili lilivyokuwa na majengo mengi na ya ajabu. Rangi yake isiyobadilika ya kijivu na utaratibu wake maalum wa kutendakazi ulipafanya mahali hapa kuwa kama kambi ya kijeshi kuliko jela. Lilikuwa jambo la kupendeza kuwaona wafungwa walivyotembea kwa nidhamu kuingia na kutoka katika seli zao ambazo zilipangwa kuzingira uwanja mkubwa katikati pale wafungwa wote walipokuwa wakifanya paredi kabla ya kuondoka kwenda kufanya kazi mahali mbalimbali kulikoitwa "sehemu."

Kufikia mwisho wa siku yangu ya kwanza, nilipelekwa kufanya kazi kwenye sehemu ya kukata vitambaa na ushonaji ambapo nilifanya kazi kwa miezi sita kabla ya kuhamishwa tena. Kukata vitambaa vya nguo ilikuwa kazi nzuri ambayo ilihusu kubuni mitindo mbalimbali ya mavazi kutoka suti hadi sare za kijeshi—na kisha baada ya kuzikata ilivyotakiwa, zilipelekwa kwenye sehemu ya ushonaji.

Kuwasili kwetu katika jela ya Kamiti, kulizua msisimko mkubwa kwani jela hii ndiyo iliyokuwa kituo cha kuwazuilia wafungwa wote wa kisiasa tangu mwaka wa 1982. Wafungwa wengi walitujia na kutuuliza jinsi hali ya kisiasa kule nje ilivyokuwa, na baada ya muda mfupi, tuligundua kwamba sote tuliunganika katika chuki yetu dhidi ya uongozi wa kisiasa uliokuwepo, na katika imani yetu ya kuubadilisha uongozi huo kwa vyovyote vile. Miongoni mwa wale walionitembelea mwanzo ni Maina wa Kinyatti, mwanahistoria msifika wa Kenya aliyekuwa anatumikia kifungo cha miaka sita tangu 1982. Alikuwa akifanya kazi katika sehemu ya ushonaji iliyokuwa imetenganishwa na sehemu yetu kwa waya na muda si muda mwanahistoria huyu alianza kunitia moyo sana kutokana na nguvu na imani yake na hasa kutokana na ujasiri kama mtu binafsi wa kuwapuuza wasimamizi wa jela na kuwashinda — huku akiwashangaza wengi waliofikiri hangeweza kufua dafu. Kinyatti alikuwa akiniita mara kwa mara kwenye ile sehemu ya waya kwa majadiliano mafupi au kunikabidhi habari za siku hiyo ili niwasambazie wenzangu. Alionekana kuwa na mtandao dhabiti wa marafiki nje ya jela, pengine kwa sababu alitambuliwa kimataifa kama mfungwa wa dhamiri.

Asubuhi moja tulipokuwa tumechuchumaa kwenye uwanja tukingojea kwenda kwenye sehemu za kazi, afisa-jela mmoja alidai kuwa Kinyatti hakuwa amechutama kama wafungwa wengine. Badala yake, Kinyatti alikuwa amesimama wima nyuma ya kiwanja. Yule afisa akamwamrisha achuchumae lakini Maina akakaidi amri hiyo. Palikuwa na kimya kikuu huku afisa huyo na Kinyatti wakibishana kwa sauti za juu kabla ya afisa kutambua ujasiri wa mfungwa wa kisiasa aliyekabiliana naye. Afisa aliondoka kwenda kushauriana na wakuu wake. Kinyatti aliondolewa kutoka vikundi vya kazi kwa muda fulani na aliporudi, aliruhusiwa kusimama pale wengine wote tulipokuwa tunachuchumaa. Sijawahi kusahau fahari niliyokuwa nayo kwa sababu ya ushindi wake huo na nilimchukulia mhadhiri huyu wa awali katika Chuo Kikuu cha Kenyatta kama shujaa. Kinyatti pia alikuwa mkarimu. Katika tukio lingine, wakati wa msako wa ghafla, nilikamatwa nikiwa na barua mbili za kibinafsi zenye maudhui ya siasa kali ambazo nilikuwa nimewaandikia marafiki wangu nje ya jela. Katika barua hizo, niliwaeleza jinsi hali ilivyokuwa katika jela na kuwahimiza waendelee na mapambano.

Kugunduliwa kwa barua hizi kulinisababishia kipigo kibaya sana ambacho nimewahi kukipata maishani mwangu. Nilivuliwa nguo na kubaki uchi wa mnyama katika afisi ya doria na kupigwa kikatili na maafisa wawili walioniadhibu kwa fimbo, buti na ngumi kwa zaidi ya saa nzima kiasi kwamba mwishowe, sikuweza hata kutembea.

Walinitaka kuwaeleza ni nani ambaye angezipeleka barua hizo posta lakini nikadinda kulitaja jina la Sanjeti Mkuu wa kutoka nyumbani kwetu ambaye alikuwa amehatarisha usalama wake kwa kuniletea barua na risala kutoka kwa jamii yangu — na pia baadhi ya pesa nilizohitaji kutoa milungula kwa askari jela ili kunikubalia kutumia vifaa vyao.

Nilipopelekwa katika jengo la E kusubiri kushtakiwa kwa kuvunja sheria za jela, ni Kinyatti ambaye alitafuta njia ya kunipelekea tembe za kutuliza uchungu na kunishauri jinsi ya kufanya na kunishauri juu ya maneno ya kujitetea nitakaposhtakiwa. Hadi wa leo, bado hupata maumivu kwenye visigino na magoti hasa majira ya baridi kali kutokana na kipigo nilichokipata siku hiyo.

Bali na Kinyatti, walikuwepo watu wengine maarufu waliokuwa wakitumikia vifungu vyao katika jela hiyo. Meja-Jenerali Peter Kariuki Mwagiru alikuwa Mkuu wa Jeshi la Hewani wa hapo awali ambaye alifungwa kwa kosa la kupuuza wajibu wake baada ya jaribio la kupindua serikali ya mwaka 1982. Yeye alikuwa mtu dhaifu lakini mnyamavu aliyetembeatembea kwenye uwanja wa jela akiwa ameshusha mabega bila kusemezana na yeyote. Mara nyingi nilimwangalia, nikitamani sana kusema naye angalau nipate kufahamu habari kuhusu jaribio la mapinduzi, lakini kutokana na mwenendo na tabia yake ya kujitenga, nikasita kufanya hivyo. Alikuwa akitumia muda wake mwingi wa mapumziko akicheza mchezo wa chesi akiwa na Gitobu Imanyara—wakili ambaye alitokea kuwa mpinzani mkali wa uongozi wa Moi baada ya kuachiliwa kutoka jela.

Pia alikuwepo Kihika Kimani, mwanasiasa mwenye mtazamo mkali wa kikabila na uzalendo-pofu ambaye mawazo yake yalimpelekea kuzungumza bila uangalifu juu ya haja ya kubadilisha katiba ili kutwaa mamlaka ya urais baada ya Mzee Kenyatta kufariki na hivyo kumzuia Moi kutumia haki yake ya kuchukua uongozi baada ya Kenyatta. Jambo hili lilimsababishia Kimani matatizo chungu nzima kutoka kwa serikali. Hatimaye alijikuta kifungoni kwa makosa ya jinai ambayo ilikuwa njia ya kulipiza kisasi kutokana na makosa yake ya kisiasa. Kihika aliyarudia makosa yayo hayo wakati wa mpito kutoka serikali ya Moi hadi uongozi wa Kibaki. Ambapo kwa mara nyingine, alijiunga na muungano wa kikabila ulioshindwa na muungano wa vyama wa Rainbow Revolution katika mwaka wa 2002.

Kila ninapomfikiria Kihika Kimani sasa, namwona akitembea uwanjani akielekea jikoni mkononi amebeba chakula moto akiangalia mbele bila hisia zozote na kutazama watu kupitia vioo vizito vya miwani yake.

Alichukiwa na wafungwa wote wa kisiasa kwa sababu ya ulafi na tamaa katika historia ya siasa za nchi hii na hapana mtu yeyote aliyemjali sana.

Mtu aliyekuwa na mvuto zaidi ni David Onyango Oloo, mtu mwenye kipawa, aliyejitolea na mwenye akili pevu sana ambaye alimtisha hakimu aliyemfunga kwa mantiki yake ambayo mpaka wa leo hurejelewa na kudondolewa na yeyote anayejaribu kupigana na udikteta nchini Kenya. Alikuwa mmojawapo wa wanafunzi wa chuo kikuu waliokuwa wamefungwa sasa.

"Ni upi msitari unaotofautisha ukosoaji unaonuiwa kujenga, na uchochezi?"

Alimuuliza hakimu aliyechanganyikiwa ambaye alikuwa ameajiriwa ili kumfunga. Kumbukumbu yangu ya mwisho kumhusu Oloo ilikuwa ni hapo tarehe 1 Juni, 1986, aliponiita kupitia kidirisha kwenye vyoo vya Jengo E vilivyokabiliana na varanda yetu katika Jengo F na kuniambia kuwa Samora Matchel, kiongozi mwanamapinduzi wa FRELIMO alikuwa amefariki katika ajali ya ndege. "Sambaza Ujumbe," aliniambia kupitia vyuma vya madirishani. Habari ile ilinipiga kama radi. Samora Matchel, kiongozi wa Musumbiji alikuwa shujaa wa kuigwa na vijana wote wenye maongozi ya kijamaa barani Afrika na kifo chake mikononi mwa wabaguzi wa rangi wa Afrika Kusini, kilikuwa ni pigo kuu lisilovumilika.

Ochieng Kabasselleh, mwanamuziki marehemu sasa, ambaye hapo awali alikuwa mwanajeshi, alituchangamsha na kututia moyo kwa nyimbo zake alizotuchezea kwa gitaa kavu Jumamosi jioni. Bwana huyu ambaye alikuwa jitu la miraba minne na mcheshi, hata alitunga nyimbo kadha alipokuwa katika jela ya Kamiti, ambapo alikuwa akitumikia kifungo cha miaka mitano kwa kupatikana na silaha.

Meya wa awali wa Thika, Karuga Wandai, pia alikuwepo katika jela ya Kamiti wakati huo kwa shtaka la matumizi mabaya ya mamlaka. Kisha palikuwa na kundi la waliokuwa wanajeshi na maafisa wanahewa ambao walikamatwa baada ya jaribio la mapinduzi la mwaka 1982, ambao sasa ndio waliokuwa wengi kati ya wafungwa wa jela hiyo. Kinyume na wanafunzi wa chuo kikuu, maafisa na askari hao walikuwa watiifu na wenye nidhamu, lakini wengi wao walianza tabia ya ulawiti baada ya kupewa vifungo virefu bila ya kujitayarisha kiakili na kiitikadi. Maisha ya jela ya Kamiti yalikuwa ya kuchosha na dufu, hata kiasi cha kumshusha mtu moyo na kumuua. Mara kwa mara, kulitokea shughuli fulani, kwa mfano wakati wa msako wa ghafla pale wafungwa walipovuliwa nguo zote na kusakwa katika sehemu zote za mwili na, ole wao, iwapo walipatikana wameficha vitu vilivyokuwa *marufuku* ndani ya miili yao.

Lakini jambo lililobadilisha mwelekeo wangu daima kuhusu jela na serikali ni kule kushuhudia kunyongwa kwa wafungwa kumi na wawili waliohukumiwa kifo katika jela ya Kamiti.

♦

Sura ya Kumi na Moja

◆

Kunyongwa kwa Wafungwa: Tarehe 14 Julai, 1986

Sahau uliyoyaona kwenye senema za kutisha au woga uliohisi ulipotazama picha katika jarida la *Drum Magazine* za mauaji yaliyofanywa na Kikosi maalumu cha Idi Amini kilichoitwa State Research Bureau. Angalau, Idi Amini angeweza kusamehewa kwa kuonekana mtu aliyeharibika akili, ama pengine hakuelewa yote yaliyokuwa yakitendeka. Kile ambacho dhamiri yangu haingeweza kukubali kuhusu Kenya ni namna ambavyo hukumu ya kifo ilivyokuwa inachukuliwa kwa urahisi wakati huo na hata mpaka leo. Kumfunga mtu jela miaka 10 hadi 20 akingoja kunyongwa na kisha kumwamsha tu ghafla asubuhi moja na kumpeleka kutiwa kitanzi ni unyama na ukatili mkubwa. Ni ukosefu wa ustaarabu wa kiwango cha juu ambao huendelezwa kwa kisingizio cha uzingatiaji wa sheria na unapaswa kukomeshwa — au ufanywe kwa njia bora zaidi na kwa hisia za utu. Ni rahisi kwetu kujadili uzuri na ubaya wa jambo hili kinadharia katika starehe zetu kwenye vilabu vya burudani, makanisa au mahakamani, lakini njia na mazingira wanamonyongewa watu katika jela zetu ni mbaya, ya kinyama na yasiyokubalika kamwe.

Ilikuwa asubuhi ya kawaida na tulikuwa tunaendelea kufanya kazi zetu kwa makini katika sehemu yetu pale Maina Kinyatti aliponiita kwa ishara kupitia ule waya wa dirishani. Alinifahamisha haraka kuwa wafungwa kumi na wawili ambao walingojea kunyongwa wangetiwa kitanzi kesho yake. Sehemu yake ndiyo iliyohusika na ushonaji wa vitambaa vyeusi ambavyo vingetumiwa kuwafungia vichwani kabla ya kuuawa, na kwamba hivyo ndivyo walivyogundua idadi ya wale waliochaguliwa kuuawa.

Pia wafungwa katika jela ya "wale wanaongojea kifo" walikuwa na mbinu zao za kuwasiliana hasa na wafungwa wa kisiasa kwa sababu ni wao walioufahamisha ulimwengu kupitia shirika la kimataifa la kuwatetea wafungwa la Amnesty International na mara kwa mara pia Kituo cha Redio cha BBC kuhusu unyama waliotendewa wafungwa na utawala wa jela. Mara nyingi, vyumba vyao vya seli vingevamiwa na askari-jela baada ya kuagizwa na wakuu wao; wangewapiga kinyama wafungwa waliongojea kunyongwa na hata kuwavunjavunja ili,"kuwafanya watii mamlaka ya jela."

"Watu hawa ni wauaji na ukiwaachilia kidogo tu, wanaweza kuwashambulia na kuwaua askari-jela katika juhudi zao za kutaka kutoroka," askari-mmoja kijana alinifahamisha wakati mmoja, akijaribu kutetea unyama huo. Kadiri habari za kunyongwa kwa wafungwa zilipoenea kote katika jela, simanzi kuu iligubika juu ya wafungwa wote walipotambua kuwa wenzao kumi na wawili walioishi katika jengo jirani wangeuawa kinyama, bila kujali hatia yao.

Kama mwanahabari, nilikuwa nimehudhuria mahakama mara nyingi na kumsikiliza hakimu akimhukumu mshtakiwa kifo bila kuonyesha hisia yoyote. Nilikuwa naliona jambo hilo kama utaratibu wa kawaida tu. Kwa mawazo yangu, wafungwa hawa wangeweza hatimaye kuachiliwa huru kutokana na sheria ya Huruma ya Rais, baada ya kutumikia kifungo kwa muda fulani.

Wakati huo, hukumu hizo niliziota tu kama asili ya hadithi nzuri kutoka mahakama hata niliziona kama kichwa cha habari, au zilikuwa vianzo vya furaha yangu pale nilipoona makala ya hadithi yangu yamechapishwa katika gazeti siku iliyofuatia. Sikuwahi kufikiria kwamba wale waliohukumiwa siku moja wangenyongwa hatua chache tu kutoka pale ninapolala.

Wakati wa kula chajio jioni hiyo, wafungwa wengi walikataa kula chakula chao na yale mazungumzo ya kawaida katika vyumba baada ya kula, usiku huo hayakufanyika. Nilijaribu kulala lakini sikuweza kwa sababu nilikuwa nikifikiria jinsi mauaji yale yangefanyika.

Siku tatu kabla, nikiwa njiani kwenda kwenye zahanati, niliwaona ndugu wawili wa kihindi waliokuwa wamehukumiwa kifo wakisindikizwa kwenda kukutana na familia zao chini ya ulinzi mkali. Baada ya kuuliza, nilifahamishwa kuwa walikuwa wamemuua mmoja wa jamii yao kutokana na ugomvi wa kijamii mjini Mombasa, na wote walikuwa wamehukumiwa kunyongwa. Niliambiwa walimteka nyara mwenzao katika gari na kumpeleka hadi msituni ambapo walimuua kwa kumkatakata na kuutupa mwili wake mle msituni. Wakati niliposikia hadithi ya mauaji hayo, niliwachukia kabisa, lakini sasa, vijana wawili niliowaona wakitembea kuelekea langoni kukutana na jamaa wao, hawakuonekana kama mazimwi ambavyo niliwadhania.

Kutekelezwa kwa hukumu ya kunyongwa kulikokuwa kunakaribia sasa, katika akili yangu, kulinichorea picha ya vijana hawa wawili wa kihindi wenye tabasamu. Makosa waliyotenda hayakunijalisha — pengine, kama mimi, walikuwa wamesingiziwa tu na idara yetu ya sheria iliyokuwa fisadi kweli kweli. Kunyongwa kwao kungeangamiza maisha ya watu wawili ambao nilikuwa nimeingiliana nao katika jela hii japo kwa muda mfupi. Hukumu ya kifo haikuhusu tu kuuawa kwa wahalifu wasiojulikana kwa njia yoyote iwayo, lakini ilihusu kuharibiwa kwa uhai.

Wiki mbili kabla, wafungwa wawili waliokuwa wanangoja kunyongwa, waliondolewa hukumu yao ya kifo na badala yake kupewa hukumu ya maisha ya kifungoni na mmoja wao, Mkikuyu mweupe sana aliyeitwa Njenga alilala kwa siku mbili katika seli yetu kabla hajahamishiwa kwenye jela mpya yenye Ulinzi

Mkali kule Naivasha. Uso wa Njenga ulikuwa umekwajuka na macho yake yalikuwa yamezama ndani kutokana na mfadhaiko wa akili na muda mrefu wa kungojea katika vyumba vya seli vyenye mwangaza hafifu. Kumweka mtu karibu na kifo chake bila kumuua kwa miaka kumi na kisha kumwachilia siku moja, au kumuua, ni uovu mkubwa kwani roho ya mtu huyo, tayari huwa imeshakufa. Utaratibu wa mtu kufa sehemu ndogo kila siku, haimbakishi chochote kufikia wakati unapomwachilia au kumuua. Maelezo ya Njenga kuhusu maisha ya kungojea kutekelezwa kwa hukumu ya kifo, ilinishawishi kwamba kuna haja ya dharura ya kuichunguza upya dhana nzima ya hukumu ya kifo.

Ingawa hakuna mtu aliyefahamu jinsi hukumu ya kifo ilivyotekelezwa katika jela ya Kamiti, kulikuwa na hadithi za kutisha juu ya watu waliotiwa kitanzi, wakakataa kufa na, kwa hivyo, askari-jela walilazimika kuwaua kwa kuwakatakata kwa mapanga, mashoka na silaha zingine butu. Kisha kulikuwa na hadithi zingine za kinyama kuhusu askari-jela washirikina ambao, ili kujiepusha mashtaka ya nadhiri zao kwa kuwaua binadamu wangekata sehemu fulani ya mwili wa marehemu kama vile moyo, ini au sehemu nyeti, ambazo wangekula. Ilisemekana kuwa walipofanya hivyo, waliushinda mzuka au pepo wa marehemu na kwamba roho ya yule aliyeuawa haingerudi kuwatesa wauaji wake. Hadithi kama hiyo, ambayo ilisimuliwa sana katika jela hii ilihusu mauaji ya Hezekiah Ochuka katika mwaka wa 1985 na waasi wenzake wa Jeshi la Wanahewa. Wale maofisa walidinda kupanda juu kwenye vitanzi na kupigana na askari-jela, wakidai kuwa kama wanajeshi, walistahili kuuawa kwa risasi bali sio kitanzi kwa vile hawakuwa wahalifu wa kiraia. Mmoja wa wanajeshi, Kopro Oriwa, alikuwa mwanakarate mkuu mwenye cheo cha Mkanda Mweusi na inasemekana kwamba, huku akiwa bado kafungwa machoni, aliwaangusha askari-jela kadhaa kabla ya wao kumpiga risasi na kisha kumtia kitanzi. Ule mchechemeo mdogo katika mguu wa kushoto wa Afisa wa jela, Sajenti Maina Kagira, unasemekana ni kutokana na pigo la teke alilopigwa na Kopro Oriwa ambalo liliuvunja huo mguu.

Katika usiku wa hukumu ya kifo, tulikaa macho huku tukisikiliza sauti za vilio au risasi lakini kuliwa na kimya cha ajabu. Wafungwa walitazamana, wakiwa wamekaa na kutulia, wengine wakifanya maombi na baadhi wakiwa wamelemewa na uzito wa tukio lenyewe.

Asubuhi ya siku iliyofuatia kutolewa kwa hukumu ya kifo, askari-jela waliokuwa na macho mekundu walionyesha tabia za kiwendawazimu. Wawili kati yao waliokuwa waovu zaidi—Njau na Gituma, walikuwa walevi baada ya kazi ngumu ya usiku uliotangulia, na walitafuta tu kijisababu cha kumpiga mfungwa yeyote wakati wa kupiga foleni. Wafungwa waliwatazama tu askari hao ambao juhudi zao za kuficha hisia za makosa yao kwa kujidai kuwa na shughuli hii na ile, ziliambulia patupu. Wanyongaji wawili wakuu walikuwa Maina Kagira na Maina Gikandi, huyu wa pili alikuwa mpweke aliyefurahia kuwaua na daima alionekana mwehu; aliyekuwa ameachana na mkewe. Hawa wawili walikuwa watulivu na wanyamavu wakiendelea na kazi zao kana kwamba hakuna lolote lililokuwa limefanyika. Ilisemekana kuwa mkewe Maina Gikandi alimkimbia pamoja na watoto alipogundua kazi ambayo mmewe alikuwa akiifanya.

◆

Sura ya Kumi na Mbili

◆

Krisimasi katika Jela ya Kamiti

Siku ya tarehe 25 Desemba, 1986 ilikucha kwa mng'aro wa jua kama siku kuu zote za Krisimasi ambazo ningeweza kuzikumbuka maishani mwangu. Lakini hii ndiyo siku kuu yangu ya Krisimasi ya kwanza nikiwa jela. Na nilihisi misuli ya moyo wangu ikijikaza huku nikikumbwa na huzuni kwa kutamani niwe huru kujiunga na watu niliowapenda na kuwathamini. Kule kutambua kuwa singeweza kuwaona au hata kushiriki nao katika sherehe zote ambazo wangekuwa nazo siku hiyo kulinifanya nitake kulia.

Katika ile hali ya huzuni ya kukumbuka nilitembeatembea kwenye eneo la jela nikiwa kama mtu aliye usingizini nikijaribu kufurahia hali ya sherehe iliyokumba jela nzima. Nilisikia sauti ikiita jina langu na hapo nikagutuka kutoka hali yangu ya usingizi na kumwona yule Sajenti Mkuu kutoka nyumbani kwetu akiniita nimfuate katika mojawapo wa penu nyingi zilizokuwa katikati ya seli na majengo makubwa.

"Nina barua yako kutoka kwa jamaa zako na wamenipa pesa nikuletee. Ninazo paketi mbili za sigara aina ya Rooster. Zihifadhi salama na usidhubutu kamwe, kutaja jina langu kwa vyovyote viwavyo."Alisema huku akinisukumia zile sigara na karatasi iliyokunjwa mkononi mwangu na kutoweka haraka haraka.

Katika jela, sigara sio tu za kuvutwa bali hasa ni kama pesa zitumikazo na wafungwa kununulia kila aina ya raha na anasa ipatikanayo. Aina yoyote ya biashara ya kununua na kuuza hukadiriwa kwa mjibu wa sigara ngapi za Rooster inazoweza kugharimu. Thamani ya chini zaidi ya ununuzi niliyoshuhudia ni ile ya kipande cha robo ya sigara ambacho kilitumika kununulia kipande cha nyama iliyoonekana kuwa ya mnyama aliyekuwa na ugonjwa wa ngozi. Kwa kawaida, thamani wastani itumikayo kama pesa ni kipande cha nusu ya sigara kijulikanacho kama *kibenga*. Kipande kama hicho kilitosha kununulia vipande kadhaa vya nyama wakati wa chajio ama mchuzi maalum kutoka jikoni. Nikiwa na paketi mbili ambazo ni sawa na vipande 80 vya nusu; nilikuwa tajiri, ningeweza kununua uhuru wangu na kuingia shughuli za kununua chochote nikipendacho bila wasiwasi. Ningeweza kununua maziwa, nyama au hata chakula maalum cha wafungwa waliokuwa kizuizini kilichoitwa *madondo*—chakula kitamu zaidi ya vyote nilivyowahi kula maishani mwangu. Kilikuwa chakula chenye mafuta na maharagwe ya kukaangwa yakichanganywa na nyama , viazi na kabiji na kupikwa kwa mafuta ya mimea. Mara nyingi, baada ya kutoka jela, nimejaribu kupika chakula kama hiki na kufikia viwango mbalimbali vya ufanisi, kutoka matokeo mabaya zaidi hadi yale mazuri yaliyokaribia mafanikio kabisa. Ingawa nilikuwa nimeacha kuvuta sigara kabla sijatiwa nguvuni, nilifurahia kuvuta mara kwa mara huku nikijipumzisha katika seli. Sigara iliwashwa kwa kutumia *nari* ambayo ni mbinu itumiayo vifaa vya kubambanya—upande wa wembe wenye madini ya fedha juu ya kijiwe kigumu na ujiti wa majani makavu kutoka kwenye mkeka. Huku nikijihisi nimejihami vya kutosha, na kutokana na furaha niliyokuwa nayo baada ya kupata zile sigara, nilikimbia chumbani mwangu katika jengo la C ambapo nilimkuta rafiki yangu Richard Thiaka, mfungwa wa kosa la wizi wa mabavu, ambaye alitokea kuwa rafiki yangu wa karibu, kwa sababu ya ukarimu na uchekeshi wake. Haraka haraka akazificha zile sigara katika maficho yake maalumu, huku nikiingia chooni kuisoma ile barua marufuku.

Barua ilitoka kwa ndugu yangu, Mungai, kwa niaba ya familia nzima. Nililia nilipokuwa nikisoma kuhusu wasiwasi wao kuhusu usalama wangu na maisha ya kifungoni, lakini nikatiwa moyo na matarajio yao mema pamoja na ujasiri wao. Baada ya kulia kimyakimya kwa dakika, nilijisikia vyema, hali ya matumaini mema ikanirudia, na ile huzuni ya kumbukumbu ikaondolewa mbali na machozi. Nikarudi katika seli yangu nikiwa tayari kuendelea na maisha yangu gerezani.

Nilipokuwa nikiwaza haya yote, Thiaka akaingia huku uso wake ukiwa na tabasamu iliyoonyesha ujanja. "Ungependa kunywa *whisky*?" Akaniuliza. Nilijua alikuwa mtu wa mizaha, lakini, kuwa na *whisky* ndani ya jela ulikuwa mzaha uliokiuka mpaka. Nilimweleza kutoamini kwangu huku akiichomoa chupa ya nusu lita ya mvinyo uitwao Three Barrels kutoka ndani ya shati lake. Kisha akaifungua ile chupa kwa madaha na mbwembwe. Ile harufu kali ya mvinyo mkali ikaenea kote hewani, ikahanikiza uvundo wenye kukaba roho wa vyoo vya haja ndogo. Alinipatia ile chupa huku nikibaki kinywa wazi kwa mshangao.

Niliupiga ule mvinyo mafunda makubwa kadhaa kabla hajanipokonya. Machozi yalinitoka machoni huku ule mtiririko wa mkondo wa moto ukiteremkia kooni hadi tumboni na kisha kupanda kichwani ukinifanya nihisi msisimko ambao sikuwa nimeupata kwa muda mrefu. Nilihisi ulegevu na uchangamfu ndani ya viungo huku nikirejea katika seli yangu, nikahisi kutaka kuimba kwa furaha. Ndani ya seli, wafungwa walikuwa wanashughulika kujipanga katika vikundi, wakitayarisha silesi za mkate uliopakwa siagi ya Blue Band na chai yenye sukari—vyakula adimu vinavyoliwa mara moja tu kwa mwaka. Hali katika jela nzima bila shaka ilikuwa ya sherehe. Mtu fulani alinikaribisha nusu ya kikombe cha chai lakini nikakataa kuinywa kwa hofu kuwa ingeniharibia utamu wa ule mvinyo. Nilikunjua matandiko yangu na kulala chali. Nikiangalia dari chafu ya chumba huku nikifurahia ile hisia nzuri na kumsikiliza mwimbaji aliyekuwa akiimba nyimbo mbili za Kikikuyu kwa malipo ya nusu sigara.

Kwa upande mwingine wa chumba alikuwepo Ahmed, askari wa awali wa Jeshi la Wanahewa ambaye alikuwa katika mazungumzo ya kibinafsi na "mchumba wake" — mwanamume mkora aliyejulikana kwa kuuza mwili wake ili kujipatia maslahi ya kila aina. Ahmed ndiye aliyekuwa mchumba wake wa sasa, lakini Ahmed alikuwa ametokea kumpenda sana kiasi cha watu wote kujua kwa sababu wapenzi hawa hawakuweza kuficha mapenzi yao. Nilipomwangalia Ahmed na "mpenzi wake" sikuweza kujizuia kustaajabia uzito wa hisia za mapenzi kati yao na, kutokana na mapenzi hayo, nilikuja kuhitimisha kwamba uhusiano wa kimapenzi kati ya wanaume (ulawiti) sio tu kitendo cha kuhusiana kimwili kwani niliweza kushuhudia upendo halisi kutokana na ule ulinzi Ahmed aliompa mchumba wake, na jinsi mwenzake alivyoyajibu mapenzi ya mwenzake kwa bembelezi, nasaha, na kuridhika ambako wote wawili walipata kutokana na uhusiano wao. Ahmed hakuficha hisia zake juu ya "mchumba wake" na, ikizingatiwa kwamba hawakulala katika bweni moja, nilikuwa nikijiuliza, ni wapi walipopata fursa ya kufanya mapenzi kamwe, iwapo kweli walifanya hivyo? Kinyume na wafungwa wengine wasenge waliojulikana, wawili hawa walinishangaza sana kwa sababu wale wengine hawakujali na walikaribiana kimwili na hata mara nyingi walifumaniwa wakiwa katika kile kitendo. Sifa ya kipekee ya kupendeza kuhusu jambo hili katika jela ni kwamba hakuna mfungwa wa upande wa Mwakenya aliyehusika katika tabia hii ya usenge, kinyume na kikundi cha Jeshi la wanahewa la 1982 na wanafunzi wa chuo kikuu.

Baadaye jioni pale ambapo wafungwa wote walikuwa wamefungiwa ndani, kikundi cha wafungwa wa zamani katika chumba chetu walikusanya majani chai na sukari na kuilundika pamoja na tukaanza kuyatafuna majani chai na sukari hiyo kama miraa, amini usiamini, utafunaji huu uliibua hisia za msisimko na furaha. Kabla hatujalala, palikuwa na mapokezano ya uimbaji yaliyofanywa na wafungwa tofauti na sigara zikavutwa kwa wingi hata mbele ya macho ya walinzi wa usiku ambao walionekana kutojali, pengine kwa sababu ya siku kuu. Kufikia pale nilipochukuliwa na usingizi kama mwendo wa saa sita hivi, nilikuwa nimechangamka kiasi cha kuapa kwamba licha ya kuwa nilikuwa kifungoni, hii ndiyo siku kuu ya Krisimasi ambayo niliifurahia sana kuliko zote maishani mwangu.

♦

Sura ya Kumi na Tatu

♦

Jela ya Shimo La Tewa

Katika mwaka wa 1987, wakuu wa magereza walipata shinikizo la kimataifa kutokana na kutolewa kwa ripoti za siri zilizoonyesha hali ya kusikitisha katika jela za Kenya. Kwa hivyo, waliamua kufanya uhamishaji mkubwa wa wafungwa wa kisiasa ili kuvunja kile walichoamini kuwa mtandao mkubwa wa mawasiliano na jamii ya kimataifa. Karibu kila siku kulikuwa na ripoti kutoka Shirika la Kutetea Haki za Wafungwa liitwalo Amnesty International na mashirika kama vile BBC ambayo yalifichua ukatili wa serikali ya Moi. Askari-jela watatu tayari walikuwa wamefungwa kwa kosa la kutoa habari za siri lakini kulikuwa na sababu nyingi za kuendelea kutolewa kwa ripoti hizo.

Sababu kuu mojawapo ni kwamba wengi wa askari-jela waliunga mkono upinzani dhidi ya utawala wa Moi ambao ulikuwa umeifanya nchi nzima kuwa maskini. Serikali ilikuwa imedinda kuwaongezea mishahara na kuwalazimisha waishi kwa kufanya magendo na wafungwa waliotarajiwa kuwabadilisha wawe raia wema. Haikuwa siri tena kwamba askari-jela wengi waliishi kwa chakula kibaya kile wafungwa walichokula na kwamba wengi wa askari hao waliajiriwa na wafungwa wenye uwezo kuwafanyia walichotaka. Kama sivyo, iliwezekanaje, kwa mfano, Maina Kinyatti aliweza kuandika kitabu kizima akiwa jela, akaupeleka mswada kwa wachapishaji, akarudishiwa kuusoma na kuurekebisha mara ya pili na akatupa sisi kuukosoa kabla ya kuupeleka nje kwa kuchapishwa? Hivyo ndivyo ambavyo, rafiki yangu, Richard Thiaka, Mwizi wa benki aliyesifika, alivyoweza kuingiza kimagendo chupa ndogo ya mvinyo katika siku ya Krisimasi.

Nikiwa mmoja wa waathirika wa uhamisho huo, nilipelekwa kwenye jela ya Shimo la Tewa iliyoko Mombasa. Nilijiona mwenye bahati kwa sababu hali ya hewa kule ilikuwa nzuri zaidi kwangu na nilikuwa na marafiki wengi walioishi kule pwani. Katika siku ya kuhamishwa, tuliamshwa alfajiri na baada ya kiamshakinywa, tulifungwa pingu za mikono wawili wawili na kutupwa ndani ya malori ya rangi ya kijani.

Yalikuwa mabadiliko mazuri kutoka kwa maisha ya kusinya ndani ya jela kuona tena magari barabarani, wasichana warembo wakitembea tena mitaani na kupigwa na upepo mashavuni huku lori likienda kasi kwenye barabara za jiji la Nairobi kuelekea barabara kuu ya kwenda Mombasa. Wafungwa walisimuliana hadithi juu ya maisha yao walipokuwa huru na huzuni ya kumbukumbu ikawa nzito kiasi ungeweza kuikata kwa kisu.

Ndani ya lori alikuwemo mzee mmoja kwa jina Kasaine Ole Ndungu aliyekuwa anatumikia kifungo cha maisha kwa mauaji yaliyotokea zamani kwenye nyika za Kajiado. Ole Ndungu alikuwa ametiwa nguvuni akiwa kijana katika mwaka wa 1972, kabla ya kupata fursa ya kutembelea mji wowote mkubwa. Alikuwa mwanamume wa kawaida wa Kimaasai ambaye, alimdunga rafikiye kwa mkuki na kumuua, kutokana na ghadhabu. Kule kuhukumiwa na kufungwa mjini Nairobi, sio tu kwamba kulimkondesha bali pia kulimwacha akiwa amechanganyikiwa na anaishi katika dunia yake ya zamani. Tulipofika Sultan Hamud, lori lilisimama ili maofisa waliotusindikiza wajipatie viburudisho, na wafungwa waliachwa wakizungumza baina yao. Basi la kampuni ya mabasi ya Coast lilisimama karibu na lori letu na umbo lake jipya lililokuwa na miundo ya ndege ambayo ilikuwa imeenea sana wakati ule, ilimvutia Ole Ndungu sana hadi akasema kwa sauti ya juu, "Hiyo teksi ni maridadi kweli!" Ujuzi wa Ole Ndungu juu ya teksi na mabasi ulitokana tu na yale aliyokuwa ameyasikia kutoka kwa wafungwa wengine — wahalifu sugu ambao walikodisha teksi kuwapeleka marafiki wao wa kike matembezini. Kwake yeye, teksi ilikuwa sawa na basi. Kusafiri katika sehemu ya nyuma ya lori ni jambo hatari. Kwa mfano, miundo ya ndani ya sehemu wanamofungiwa wafungwa huhatarisha maisha yao iwapo, kwa mfano, lori likipinduka vyuma virefu kwenye kila kona na pia komeo zilitiwa mahali kwingi kusikooonekana, hufanya safari ya wafungwa kuwa hatari kwani wao hubakia daima wamefungwa pingu.

Kitu cha kuudhi zaidi ni pale mtu anapotaka kwenda haja ndogo. Hili huwa jambo la ajabu kwani lazima umvute mwenzako mliofungwa pingu pamoja hadi katika sehemu ya nyuma ya lori ambapo kuna mwanya mdogo ulioachwa kwenye sakafu ya seli. Huku ukiinua mkono mmoja ukimshikilia mwenzako, ambaye sasa huwa amesimama kando yako, kwa mkono wa pili sasa utalazimika kujaribu kutoa uume wako nje kutoka ndani ya suruali ya sare *(kunguru)* iliyofungwa, na pia ukiwa unajizuia kwa miguu usije ukaanguka kutokana na kasi ya mwendo wa lori. Ukiwa unashikilia uume wako kwa dhati na huku miguu ikiwa wima ili kusawazisha kiwiliwili, sasa unachutama polepole unauelekea ule mwanya mdogo na kutumaini kuwa utaweza kutua vizuri hata uweze kuulenga ule mwanya na kutoa mkojo kwa nguvu itakiwayo — pengine hata unaweza kunyunyizia ule mkojo juu ya kioo cha mbele cha gari iliyo nyuma ya lori. Kwa sababu ya kasi ya lori na ulengaji shabaha utakiwao, mara nyingine ule mchirizi wa mkojo unarudi nyuma ndani ya lori na hapo wenzako wakakulaani.

Tuliwasili kwenye jela ya Manyani wakati wa machweo na wakati wafungwa wa kawaida walipokuwa wakipelekwa kwenye vyumba vya jela, nilipelekwa katika seli zilizotengwa ambamo Njoroge Wanguthi, mfungwa mwingine wa kikundi cha

Mwakenya na wale askari-jela watatu walikuwa wamefungiwa. Ingawa nilikuwa na chumba changu peke yangu, tuliweza kuzungumza kupitia kwa madirisha yenye vyuma na niliweza kuwapa habari za hivi punde kutoka Kamiti. Asubuhi yake, tuliagana na tukaelekea Mombasa.

Kuwasili kwetu Mombasa nusura kuniue kwa ile huzuni ya kukumbuka mambo ya zamani. Tulipopitia kando ya Kilabu cha Saba Saba, na nikawaona wateja wakimiminika mle kujipatia bia baridi, niliwaza jinsi nilivyozoea kuingia mle saa za jioni na kubugia bia huku tukicheza ngoma za Kiafrika. Kisha tukapita Buxton, niliiona nyumba ambamo nilimbikiri Jane katika ule usiku usiosahaulika. Nilihisi kifundo kooni mwangu tulipokuwa tukivuka daraja la Nyali tukielekea Pwani Kaskazini.

Taswira ya mwisho ambayo naikumbuka mpaka wa leo ni ile ya bahari na minazi unayoipata pale unapopita karibu ya kilabu iitwayo Pirates kwenye ufuo wa umma uitwao Jomo Kenyatta, ambapo nilikuwa naishi kabla ya kukamatwa kwangu. Singeweza kuangalia zaidi, nikiwaza jinsi, kwa miezi ishirini na minne iliyofuatia, ningetenganishwa na mandhari hayo yote. Nilihisi machozi yakitiririka mashavuni huku lori likienda mbio na kuingia kwenye Gereza lenye Ulinzi Mkali la Shimo la Tewa. Je, nilikuwa na ujasiri wa kutosha wa kuvumilia hali hii? Nilijiuliza mwenyewe.

♦

♦

Kufikia wakati tulipowasili katika Jela ya Shimo la Tewa, Raila Odinga, ambaye angekuwa Waziri Mkuu wa Kenya, alikuwa akizuiliwa katika Jengo la G, akiwa pekee na chini ya ulinzi mkali. Kulingana na baadhi ya Wanajeshi wa jeshi la Wanahewa waliofungiwa mle, Raila alikuwa akiwasiliana nao kupitia kwenye mfereji wa maji machafu ambamo mfungwa mmoja angetia ujumbe ulioandikwa na kufungwa kwa karatasi isiyopenya maji (nailoni) na kupiga maji kwenda jengo jirani ambapo walio kule wangeusoma ule ujumbe na kuuharibu. Usiku wangu wa kwanza katika Shimo la Tewa, nililala katika Jengo D ambalo lilitengewa wafungwa waislamu. Nilibahatika kupata fursa ya kujifunza dini hii kutoka kwa mmoja wa wale marafiki wachache wa dhati niliopata katika Jela hiyo, Sheikh Ali Mwabengoa ambaye alikuwa mtu mfupi lakini mwenye utu wa jitu. Alitokea kunipenda mara tu aliponiona na alinitunza vizuri sana nilipokaa katika jengo hilo na kunifanya nihisi moyoni kama mwislamu. Akiwa Kopro na dereva wa awali katika Jeshi la Wanahewa, Ali alikuwa amehukumiwa katika mwaka wa 1986 kwa miaka ishirini na sita, ambayo ilipunguzwa na kuwa miaka sita pekee.

Bali na kuwa msimamizi wa Jengo D, Ali pia alikuwa ndiye kiongozi wa kidini. Mtu mwadilifu jinsi hiyo kuwemo ndani ya mazingira ya kiuhalifu na dhambi, ilikuwa ni sawa na kupata chemchemi katikati ya jangwa. Ali alinisaidia kuwasiliana na watu nje ya jela na pia, licha ya kunipatia maandishi ya kusoma, alikuwa mwenzangu katika mazungumzo, tukijadiliana masuala mengi huku tukitunga urafiki ambao umedumu mpaka leo. Kwa mara nyingine, nilipelekwa katika idara ya ushonaji ambapo tulitumia muda mwingi tukishonelea vifungo. Kuwasili kwa kikundi kipya cha wafungwa wa Mwakenya kutoka Nairobi kulipelekea kutengwa kwetu katika Jengo E, ambalo awali lilikaa watu wenye matatizo ya kiakili na wafungwa wachache waliokuwa na maradhi yasiyo na tiba, hasa wale wenye Ukimwi.

Wenzangu wapya kutoka Nairobi walikuwa ni pamoja na Bendict Munene, mwalimu wa shule ya Mang'u, Gatundu; Earnest Owuor Atieno kutoka Kisumu; Wilson Apiyo Nyange kutoka Kendu Bay na Richard Onchiri wa Chuo Kikuu cha Kenyatta aliyedaiwa kuwa jasusi wa Ubalozi wa Libya. Baadaye, David Murathe alijiunga nasi, wakati huo akifanya kazi kama Meneja wa Ubora wa bidhaa katika kampuni ya East African Industries mkoani Nyanza.

Mpaka leo sijawahi kulifumbua fumbo au kioja kwa nini wakuu wa gereza waliamua kutuweka sisi pamoja na watu waliokuwa na magonjwa yasiyo na tiba na wenye maradhi ya akili. Lakini kuishi pamoja na wafungwa hawa, tulianza kuwasiliana nao kwa njia ambazo sikufikiria zingewezekana.

Kwa kuwasikiliza wagonjwa wa kiakili mara kwa mara, iliwezekana kuona walikuwa na mantiki ya namna fulani, ingawa ni hafifu lakini, ukijaribu sana unaweza kuwaelewa na kuishi nao vyema. Baadhi yao walikuwa wanafanya makelele sana, kama Idris mcheza densi, ambaye alitumia muda wake mwingi kuimba nyimbo kwa maneno yake ya kubuni na kutuchezea densi, mara nyingine kwa malipo ya tonge la ugali, ingawa alikuwa mwenye makelele sana, alikuwa pia mmoja wa wafungwa wapenda amani sana, ambaye kamwe hakuwahi kupigana, badala yake, angemdhihaki hasimu wake na kughadhabika hadi upeo kisha angekimbia na kujifungia mahali fulani.

Palikuwa na Mwang'ombe, mwanamume Mtaita wa makamo ambaye alisemekana alimnajisi mamake baada ya kurukwa akili. Aliendelea kusisitiza kwamba jino lake lililopotea lilikuwa limeibwa na watu waliojulikana ili kwenda kumtengenezea Malkia wa Uingereza pete. Mara nyingi alitokea kuwa mkali wa kutaka kupigana na ilibidi kuzuiwa na wafungwa wenzake na kupewa kipimo cha dawa cha siku ili kumtuliza. Wengi wa wagonjwa wa akili walikuwa wakiwauzia wafungwa wenzao dawa zao ili kupewa chakula. Yamkini, jambo hili liliwasaidia kujiepushana na kuchoshwa na maisha ya kifungoni.

Katika wakati tulipokuwa kwenye Jengo E, tulifanya urafiki na afisa mmoja, ambaye kila siku alituletea gazeti akiwa amelificha ndani ya kofia yake, na tulilisoma lile gazeti na kumrudishia alipokuwa anatoka baada ya kumaliza zamu yake. Baada ya muda, tulianza hata kuagiza nakala ya jarida la Weekly Review ili kujifunza matukio ya kisiasa, tukiomba kila siku Wakenya waweze kuipindua serikali ya Moi na kutupatia nafasi ya kwanza kuondoka kifungoni.

Siku moja, mfungwa mmoja alitusaliti tulipokuwa na nakala ya gazeti la Daily Nation na Weekly Review chumbani mwetu. Katika msako uliofuatia, tulipata kipigo cha mbwa, vitu vyetu vya kibinafsi kama vitabu, dawa ya meno, miswaki, sabuni na kalamu vilitwaliwa. Kisha tukahamishiwa kwenye makao yaliyotengwa katika Jengo la Wafungwa wa Kunyongwa seli namba 1 ambapo wafungwa wote waliongojea kutiwa kitanzi waliwekwa. Tulikatazwa kutoka nje kuota jua, tukiwa na dakika 15 pekee za kumwaga kinyesi katika ndoo zetu. Na kuoga haraka haraka kabla ya kufungiwa vyumbani tena. Kwa miezi mitatu tulikuwa katika jengo hilo lililotengwa, tulikaa tukitazamana kwa muda mrefu, hasira zikitupanda mara kwa mara, na muda si mrefu, sote tulipatwa na ugonjwa wa mkimbio wa damu (presha).

Ni wajibu wa kila mfungwa, na hasa mfungwa wa kisiasa, kudumisha upinzani dhidi ya wasimamizi wa jela bila kukoma. Jambo hili ni muhimu pia ikiwa mfungwa angependa kupata utulivu wa akili kwani kifungo ni sehemu ya vita vya kisiasa viliivyodumishwa nje ya jela, na kufungwa gerezani huwa ni pingamizi ya muda tu dhidi ya huo utaratibu mrefu wa mapambano. Kwa vile mfungwa wa kisiasa kuwatii wakuu wa gereza ni kukubali kushindwa, ni kinyume cha shabaha asilia ya mapambano ambayo ni kubadilisha mpangilio wa mambo. Hiyo pia ndiyo sababu uwezekano wa kutoroka jela sharti uwe katika akili ya mfungwa wa kisiasa—bila kufanya mambo segemnege. Kwa sifa zake kifungo cha gerezani humshushia mtu hadhi yake na kumharibia utu wake. Wafungwa wa kisiasa lazima wapigane na juhudi za kudhalilisha utu wao kwa kupambana na wakuu wa magereza wakitumia mbinu za siri au dhahiri. Hiyo ndiyo sababu tuliamua kutumia mbinu ambayo tulikuwa nayo kama wafungwa: tulitangaza mgomo wa kususia chakula.

Kwa siku tatu za mwanzo, wakuu wa jela walitupuuza, wakitumaini tungeshindwa kuendelea, lakini tulikuwa na nia dhabiti. Katika siku ya nne, Mkuu wa Magereza Mkoani alitutembelea na tukamweleza matatizo yetu. Tulitaka kupewa ruhusa ya kutoka nje kuota jua na kupata hewa safi mara mbili kwa siku; turudishiwe dawa ya meno na miswaki na pia tukubaliwe kuazima vitabu katika maktaba ya jela. Pia tulitaka turuhusiwe kuhudhuria ibada makanisani mwetu kama wafungwa wengine. Mkuu huyo wa magereza akatuomba tuuvunjilie mbali mgomo huku matakwa yetu yakishughulikiwa, lakini tukadai jawabu la papo kwa hapo kuhusu shida zetu.

Siku mbili baadaye, tulisikia kelele kwenye varanda na sote tukaitwa kutoka nje ili kukutana na mtu aliysheheni mapambo ya kila aina juu ya sare yake ya huduma ya jela. Tulielezwa kwamba alikuwa ni Bwana Kirui, Mkuu wa Magereza Yote Kenya. Bw. Kamakil Abraham, Mkuu wa jela yetu alianza kufadhaika kwa wasiwasi aliokuwa nao na hapo tukajua kuwa tulikuwa tumeshinda tayari. Bwana Kirui, alitueleza kwa umuhimu wa kutii sheria za jela na akatufahamisha kuwa matakwa yetu yalikuwa ya kweli. Alimalizia kwa mwito kwetu tuumalize mgomo wetu mara moja, na wakati huo huo, aliamrisha turejeshewe haki zetu mara moja kabla ya kuondoka kwa vishindo kama vile alivyowasili. Tulikuja kuelezwa baadaye kuwa risala zetu kwa ulimwengu uliokuwa nje ya jela zilikuwa zimetangazwa katika idhaa ya BBC na kwamba jamii ya kimataifa ilikuwa imeshinikiza serikali ya Moi kuchukua hatua, na ikafanya hivyo kwa kutumia Mkuu wa Mgereza, Bwana Kirui.

♦

Sura ya Kumi na Nne

♦

Sudi

Mojawapo ya matatizo makubwa miongoni mwa jela ya Shimo la Tewa lilikuwa ni ulawiti hasa dhidi ya wafungwa dhaifu kama wale wagonjwa wa akili na vijana wadogo.

Siku moja, Sudi, kijana mnene wa kutoka Mombasa, alilawitiwa na wafungwa sugu kumi kwenye kichochoro kimoja kwa ahadi ya kupewa chakula. Kimsingi, Sudi alikuwa ni *chokora* aliyekula kila alichokipata. Hakutosheka kabisa na hata aliweza kuchokora kutoka kwenye jaa la maji machafu. Kwa hivyo, kwa kuahidiwa kupewa chakula kizuri, Sudi alijigeuza windo rahisi.

Tulipopata habari hiyo, tuliitisha kuchukuliwa kwa hatua dhidi ya wale wahalifu sugu waliotekeleza kitendo kile cha kinyama. La kushangaza ni kwamba, baada ya kusikiliza utetezi wetu, Sajenti Mkuu Mwachala, aliyeshika zamu siku hiyo, alituambia kuwa hakuna aliloweza kufanya kwani hayo yalikuwa "*kawaida.*" Baada ya muda fulani kupita, tulikuja kugundua alilomaanisha.

Jirani wetu wa karibu zaidi aliyekuwa kwenye msitari wa pili wa vitanda, alikuwa jitu la miraba minne kutoka Zanzibar, ambaye tulielezwa kwamba aliwahi kufungwa mara kadhaa katika jela ya Shimo la Tewa. Aliwataka wafungwa wote kumtambua na hakufahamu kwa nini, vijitu kama sisi tuliheshimiwa na maafisa wakuu. Mara kwa mara, alituchokoza, akitafuta tupigane.

Wakati mmoja, nilibishana vikali naye ambapo nilimwambia kuwa nguvu zake si lolote mbele ya watu wenye akili mbivu. Alinitisha na kuapa waziwazi kwa kila aina ya matusi, kuwa angenipiga na kunilawiti. Sikujalishwa na ile sehemu ya mwisho kwani niliichukulia kama mfano wa lugha ya kulaani itumiwayo mjini Mombasa lakini nilihofu sana juu ya ahadi ya kupigwa. Haingekuwa vigumu kwake kunivizia karibu na bafu na kuniponda kinyama kabla ya kupata msaada na nikaamua kutahadhari kila mara. Lakini nilitambua kuwa hata yeye alitishika kuona mtu aliyedhubutu kumkaidi hadharani, na uwezekano wa kuaibika katika pambano ambalo lingeweza kutokea. Mchezo kando, Abdul angeweza kupigana na askari-jela wanne wakitaka kumwondoa chumbani na kuwatupa wote nje akiwa peke yake. Abdul alikuwa akipanga njama na askari fulani wawapeleke vijana wadogo walioingia jela mara ya kwanza katika seli yake ili apate kuwanajisi lakini awape pia chakula maalum kutoka kwa marafiki zake waliokuwa jikoni.

Abdul alikuwa mtu mwenye majisimu. Angewanyamazisha watu wote kwa kuwasimulia jinsi alivyokuwa akinunua shati zenye lebo ya Van Heusen katika maduka teule mjini Mombasa, akavaa suruali na viatu spesheli na kutembea na wasichana warembo zaidi mjini. Kwa wale walioelewa mambo, haya yalikuwa masimulizi ya kawaida ndani ya seli — pengine ni maelezo ya matamanio ya mioyo yao ama sivyo pengine yalikuwa mambo yaliyowashawishi kujiingiza katika uhalifu.

Ukweli ni kwamba wengi wa wasimulizi kama hao walikuwa *machokora* walioishi kwa kuokota vyakula jaani. Mamlaka ya Abdul, hata hivyo, yalipunguka sana baada ya kuwasili kwa mhalifu sugu mwingine wa mtaani Kongowea kwa jina Papa Santiago Keya. Sasa kukiwa na fahali wawili katika zizi moja, bila shaka kungetokea cheche. Keya alikuwa sasa amerudi tena jela kutumikia hukumu ya miaka mitatu ndipo akamkuta Abdul akitawala bila pingamizi; wafungwa wengine waliona hili kama jambo zuri ambalo lingesaidia kupunguza makuruhu ya majigambo ya yule Mzazimbari. Nilihakikisha kwamba Abdul aliniona nikizungumza naye Keya mara nyingi na mara nyingine nilimpa sigara ili kuhakikisha Abdul mwenye makeke alinielewa vyema. Siku moja hawa wafungwa wawili walishikana mashati na vita vikaanza kati yao. Wafungwa wote walikubaliana na kuyaficha yote hayo na kutazama kuona ni nani mfalme kweli. Baada ya majaribio kadha ya kuangushana, Keya alifaulu kumtia Abdul mwereka na kumwangusha chali kwa kishindo kikuu na alipojaribu kuamka, aliangushwa kwa teke la nguvu lililompata kinenani ambalo lilimfanya kutoa mngurumo kama wa fahali mwenye maumivu. Pale Abdul alipoweza kuamka, alifanya hivyo akiinua mikono juu kama alama ya kusalimu amri na kutoka wakati huo na kuendelea, hadhi yake ikashuka na sehemu kubwa ya wafungwa ikawa huru.

Mara ya mwisho nilikutana na Abdul kwenye mitaa ya jiji la Mombasa miaka mingi baadaye na baada ya kuniamkua, akaniomba pesa za chakula na nikajua tulikuwa tumefanya suluhu na kusameheana. Alikuwa amevaa mararu na viatu vilivyopasuka, na nilimwonea huruma nilipokumbuka zile hadithi zake za kujisifu.

◆

♦

Padri Edward MacSweeny alikuwa Muairishi mwenye moyo wa ukarimu na ndiye aliyekuwa Padri msimamizi wa Parokia ya Shanzu. Tangu kufungwa kwangu, sikupata kuwa na nguvu za kiakili kama vile nilivyojisikia wakati alipokuwa akituhudumia mara moja kwa wiki. Alikuja kila Alhamisi na sote tulikusanyika nje ya majengo tulimoishi ili kusikiliza mafunzo yake. Sio kwamba sote, kwa gahfla, tulianza kuwa wasalihina bali kwa sababu Padri MacSweeny alitupa zaidi ya mafundisho ya kidini.

Mwanzoni, mlinzi mmoja bwege aitwaye Kopro Muema, alikuwa akikaa na kusikiliza aliyokuwa akiyasema Padri ili kuhakikisha hakutuambia maneno ya uchochezi; bila shaka, wakati alipokuwa pale, Padri alizingatia mafunzo ya kidini. Lakini, mara tu Muema alipoondoka, Padri angeanza kwa kutufahamisha kwa muhtasari wa habari za siku ile, kulingana na magazeti na vyombo vya kielektroniki (redio na televisheni), na kisha tungejadiliana kwa undani juu ya masuala kadhaa. Mara tu Muema aliporudi, tulirudia tena mafunzo ya kidini.

Padri MacSweeny alituletea nakala za kila mara za gazeti la Vatican liitwalo, L'Observatore Romano. Mantiki yake yenye mvuto ilinifunza mengi ya ndani kuhusu madhehebu ya Kikatoliki ambayo ninayazingatia mpaka leo. Mwenzake wa Kiprotestanti alikuwa mzee mzembe na mwenye akili punguani pia. Tulifurahia kumtesa kwa kumweleza nadharia nyingi za kidini jambo ambalo lilimfanya kuamua hatimaye kwamba tulikuwa wenye kichaa. Kwa hivyo, aliacha kabisa kuja na hapo tukafurahishwa na uamuzi wake. Kwa mfano, tulimtia katika mjadala kuhusu ni kwa nini tuliamini kuwa "Mungu" ilikuwa ni dhana tu na kwa nini dhana kama vile "ahera" "jehanamu" ni mambo halisi yaliyopatikana katika ulimwengu huu. Angekondoa macho kwa kustaajabia mapendekezo haya na kuanza kudondoa misitari katika Biblia ambayo tuliipuzilia mbali kama maandishi ya kihistoria na visasili.

Baada ya kurejeshewa haki zetu za kuazima vitabu na ruhusa ya kuviomba hata kutoka nje ya jela maadam vimechujwa, maisha ya gerezani yaligeuka na kuwa ya kawaida na katika miaka miwili nilipokuwa Shimo la Tewa, niliweza kusoma vitabu vingi zaidi ya vile nilivyovisoma katika chuo kikuu wakati niliposomea shahada yangu. Hata niliweza kumaliza kusoma kitabu kiitwacho, War and Peace chake Leo Tolstoy, changamoto ambayo huwashinda wengi kuikamilisha katika maisha yao. Hasira kati yetu ilipungua na badala ya mijadala, sasa tulijadili yaliyokuwemo vitabuni — na ndiyo maradhi yangu ya mkimbio wa damu yalitoweka.

Mwishoni mwa mwaka 1988, niliomba kuhamishiwa karibu na nyumbani kwa vile nilikuwa na muda kidogo tu kabla ya kuachiliwa kutoka gerezani. Ombi langu lilikubaliwa na nikarudishwa tena Kamiti. Hali katika jela hiyo sasa ilikuwa afadhali sana kwa kulinganisha na hapo awali na yote ni kutokanana na utetezi wa kila mara wa wafungwa, na kuingilia kati kulikofanywa na jamii ya kimataifa. Nilifurahi kurudi tena na kujiunga na wafungwa wa kisiasa wenzangu, baada ya kuwa Mombasa kwa miezi thelathini. Lakini nilikuwa na hamu sana ya kwenda nyumbani.

♦

Sura ya Kumi na Tano

♦

Kwenda Nyumbani: 11 Januari, 1989

Jua lilichomoza kwa mng'aro wa kipekee asubuhi hiyo, na siku yenyewe ilibashiria wema licha ya kibaridi kilichokata hadi mifupani. Nyimbo na kelele za ndege wengi hapo alfajiri zilirindima kwa furaha isiyo ya kawaida na furaha yangu ilizidi kupanda kadiri saa ya uhuru ilivyowadia. Hata zile kuta za jela zenye rangi inayosinya ya kijivu zilionekana kung'ara huku uvuli wa giza la usiku ukifukuzwa na miale ya kwanza ya jua la asubuhi. Kando yangu, Oduor Ongwen, Stanley Waweru na Maina Kiongo waligaagaa katika usingizi. Sote tulikuwa tumelala kuchelewa kutokana na mjadala wetu juu ya hali ya siasa nchini, na kuhusu watu ambao nilihitaji kuwasiliana nao pindi nitokapo gerezani. Nilihisi machozi yakikusanyika machoni mwangu nilipokumbuka kuwa niliwaacha marafiki wema na wazalendo kama hao, watu ambao walijitoa kafara na kupoteza vitu vyao vya thamani ili kupigania Kenya bora.

Niliondoka gerezani huku mgomo wa kususia chakula ukiendelea. Mgomo huo ulikuwa umeitishwa na Wafula Buke na Stanley Waweru kutokana na kuvunjwa kwa haki za kimsingi. Tulijiunga na mgomo huo ili kuwaunga mkono wenzetu, na kwa hivyo, ingawa nilitamani kwenda nyumbani, nilihisi nilikuwa ninawasaliti.

Baadhi ya wenzetu walikataa kujiunga na mgomo kwa kuogopa kuadhibiwa, ambako kulifanya kushiriki kwangu katika ule mgomo jambo lenye hatari kwa vile ningepoteza nafasi ya kufupishiwa kifungo changu nikiwa nimebakiwa na siku chache tu kabla ya kuachiliwa huru. Huu ulikuwa na, mpaka sasa, ndio mtihani mgumu zaidi uliopinga juhudi za kujitolea kwangu kupigania haki. Bila shaka, sikuwahi kufikiria kamwe, kinyume chake, yaani kusaliti mapambano hayo ya kupigania haki. Sikuwa nimepata hata lepe la usingizi usiku uliotangulia huku nikifurahia mawazo ya kurudi nyumbani baada ya kuwa kifungoni kwa miaka mitatu katika jela za Kenya. Ile fikira ya kuwa huru, ilinilevya, na usiku kucha, niliendelea kujifinya ili niwe na hakika sikuwa nikiota.

Usiku kucha uliotangulia, na katika wiki za hivi majuzi, wakati ulionekana ukijikokota, na kukifanya kipindi hiki kuwa kigumu zaidi ya vyote katika kifungo changu. Kwa wasiwasi, nilijaribu kupanga maisha yangu ambayo yalikuwa yameharibiwa nikiwa nimeanza tu kazi yangu nzuri na mpya. Bila kuficha, nilikuwa naogopa, kwa sababu, hakuna mtu aliyenifunza jinsi mtu alinavyopaswa kuishi baada ya kutoka gerezani. Bado ningali naamini kwamba changamoto hii ndiyo muhimu zaidi katika kifungo na wafungwa wanapaswa kupewa matayarisho na msaada wa kiakili wanaporudia maisha ya kawaida katika jamii. Kwa kawaida, wafungwa waliotumikia vifungo virefu gerezani wanahitaji makao ya muda ili kuwawezesha kurudia maisha hatua kwa hatua kijamii na kiuchumi. Bila ya msaada kama huo, wengi wanatemwa kutoka gerezani, wanavunja sheria na muda si mrefu, wanajikuta tena katika mfumo wa jela.

Askari jela walinijia baada ya kifungua kinywa cha kawaida cha uji. Niliwaaga wenzangu na marafiki niliokuja kuwapenda sana; nilikuwa na hakika singeweza kupata marafiki wa kuwashinda hawa kwa wakati wowote ule na mahali popote duniani. Kulikuwemo na huzuni katika yale maagano na nilihisi kuwa mwenye hatia na mwenye kujipenda kwa vile nilikuwa naingia ndani ya uhuru huku nikiwaacha wenzangu ndani ya jela kwa miezi mingi zaidi.

Ilikuwa saa mbili asubuhi. Nilisimama ndani ya ofisi ya mkuu wa jela nikiwa nimevaa nguo zangu zisizonitosha vizuri ambazo babangu alikuwa ameniletea siku iliyotangulia. Nilibeba mkononi kifuko cha plastiki. Ndani yake mlikuwa na vitu nilivyomiliki:

mswaki, nakala ya Biblia, Koran, vitabu vingine vitatu ambavyo ndugu yangu alikuwa amenitumia pamoja na baadhi ya barua ambazo nilipokea wakati wa kifungo changu. Nilijiona nasumbuliwa na yale mavazi ya kiraia hasa viatu na soksi na chupi ambayo niliyavaa katika siku nilipohukumiwa yapata miaka mitatu iliyopita. Nilihisi kukazwa sana kiunoni na ile chupi ambayo sikuzoea kuivaa. Vile viatu vyenye visigino virefu vilinifanya kuwa na mwendo usio wa kawaida na nilihisi kama nakimbia badala ya kutembea.

Nilikuwa nikiwashwa kwa tamaa ya kuondoka gerezani lakini yule mkuu wa gereza aliyekuwa mfupi, mwenye vishavu na ambaye uso wake mtulivu ulificha uovu wa mtindo wake wa utawala alikuwa hana haraka, akitia sahihi juu ya vocha huku faili yangu iliyokuwa na maandishi yenye rangi nyekundu juu yake, "Utenganisho" ikiwa nyuma ya kisugudi cha mkono wake. Ile faili ilijaa makaratasi lakini mpaka leo sijawahi kufahamu yaliyokuwemo yalihusu nini. Nilikisia zilikuwa ripoti kuhusu tabia yangu nilipokuwa mfungwa wa serikali. Natumaini kuyasoma yaliyokuwemo siku moja.

"Wakati wako wa kwenda nyumbani umefika sasa, na tunatumaini kuwa utatumia wakati wako vyema zaidi badala ya kujiingiza katika siasa."Alisema. Nilimwangalia na uso usiokuwa na hisia zozote nikisitiri chuki niliyomwonea yeye na wenzake walio kama yeye. Nilimsikitikia kwa unafiki wake wa kujiona mwadilifu na mwelewa wa mambo. Hivi yeye alijihesabu kuwa nani, akae pale raha mstarehe na akijisikia sawa bila ya kutambua hali mbaya iliyonikumba mimi na wafungwa wale wengine? Nani aliyemwambia alikuwa na haki hata ya kujadili mambo ya undani kama hayo na mimi. Lakini niliweza kufahamu kutokana na uchovu uliokuwepo usoni mwake kwamba alitambua mamlaka yake juu yangu yalizidi kupungua kadiri wakati ulivyosonga, bali hakutaka kukiri ukweli huo. Nilimkazia macho huku akiendelea na maneno yake; alishtuka, akihisi ile nia yangu iliyokuwa ngumu kama chuma ilivyokuwa inazidi kuwa ngumu zaidi.

"Bwana, sitaki kuanza mjadala wa kisiasa nawe wakati huu na ningefurahi kama ungenipa ruhusa ili niende kuyaanza maisha yangu upya bila kukawia zaidi!" Nikasema bila hata kufikiri sana; namaanisha sikukusudia kumjibu lakini huo ni mojawapo wa udhaifu wangu, au nguvu zangu--inategemea utauona vipi. Nilikumbuka kisa kama hicho katika siku zangu nikiwa mwanafunzi wa sekondari nilipoadhibiwa kwa kuelezea hisia zangu pale Mwalimu Mkuu alipolifukuza darasa letu zima kutoka shuleni wakati wa usiku. Tofauti ya wakati ule na sasa ni kwamba sasa sikuwa naogopa; woga uliniisha wakati nilipokuwa kifungoni. Nilishangazwa na ujasiri mpya niliokuwa nimejipatia.

Yule Mkuu wa gereza akashikashika zile nyaraka na hatimaye akanikabidhi cheti cha kuhitimu kifungo changu. Kilikuwa kipande hafifu cha karatasi ya serikali kikiwa na muhuri wa jela chini yake, kuhakikisha kwamba nilikuwa nimekamilisha kifungo changu katika jela. Ilikuwa karatasi laini na isiyoridhisha na wazo langu la kwanza ni kwamba wangetengeneza vyeti vyenye dhima ya juu zaidi-- kama vile cheti cha shahada kwa mfano. Hii ni kwa sababu, masomo aliyopata mfungwa akiwa gerezani yalilingana na yale aliyoyapata mwanafunzi katika chuo kikuu.

Yule Sajenti mwenye masharubu alipokuwa akinifungulia lile lango kuu la chuma na mbao, nilivuta hewa safi iliyochanganyika na harufu nzuri ya asubuhi juu ya nyasi katika mashamba yaliyoenea kila upande. Papo hapo nikakumbuka ukurasa wa kwanza katika kitabu chake Mikhail Sholokov kiitwacho, "Virgin Soil Upturned." Nilisimama ili kusudi niweze kufurahia hayo mandhari ya kupendeza.

Miti mikubwa ya mijakaranda ilikuwa imechanua maua katikati ya mashamba yenye majani ya kijani ambapo ng'ombe walikuwa malishoni kando ya barabara. Ule uzuri wa yale mazingira ulinishangaza ajabu. Nilianza kupiga hatua kuelekea langoni kutoka eneo la gereza. Yule Sajenti aliharakisha ili kunifikia lakini sikuweza hata kumwona. Alishughulika kunieleza alipaswa kunikabidhi shilingi 26, mshahara niliofanya kazi katika viwanda vya jela, lakini nikamwambia kwa sauti, "Ziweke mwenyewe, mnunulie mkeo sukari au ujipatie sigara! Sibebi pesa za utumwa kutoka katika jela hii!"

"Sawa lakini ni lazima utie sahihi yako kwenye vocha ya malipo haya!" Akajibu tena. Nilisita kidogo na kutia sahihi kwa haraka, kisha nikavuta lango la mwisho. Hapo mambo yalianza kwenda kasi.

◆

Sikuwa nimewatambua, lakini nilipofanya hivyo, nilianza kuwakimbilia. Pale alikuwepo ndugu yangu Mungai, dadangu Rose, na Dave Murathe ambaye alikuwa ameachiliwa kabla na aliyeishi nami katika seli moja kwa mwaka mzima. Machoni mwangu mlikuwa na machozi tulipokutana na kukumbatiana kwa nguvu hivi kwamba niliona vigumu kupumua. Tulibadilishana maneno machache lakini hapakuwa na haja ya kusema mengi. Dave ndiye aliyekivunja kile kimya kwa kutukumbusha kuwa wazazi wetu walikuwa wanatungojea mbele ya lile lango. Nilipatwa na hisia ambazo siwezi kuzieleza, nilishindwa kupata maneno ya kujieleza, na moyo wangu ulisongwa na hisia mchanganyiko katika wakati huo wa kuanza maisha huru.

Mamangu aliponiona, alianza kulia na kusisitiza tufanye maombi papo hapo kabla ya kuendelea zaidi na safari yetu. Nilianza kupinga lakini akasisitiza, na kile kikundi kidogo cha watu wakainamisha vichwa huku mamangu akianza kutoa maombi ya shukrani kwa Mungu kunirudisha nikiwa salama. Lakini ni yeye pekee aliyefunga macho kwani sisi wengine tulibaki kuangaliana na kutabasamu pale akiendelea kuomba.

Hatimaye, alimaliza maombi na hapo tukaingia katika gari ndogo la Dave na kuanza safari ya kwenda nyumbani.

Barabara ya kutoka jela ya Kamiti imezingirwa na safu ya miti ya kila aina pamoja na mashamba ya kahawa ambayo mara kwa mara, hufunguka na kuonyesha mandahari ya kupendeza; majengo mazuri yenye mapaa ya vigae yakiwa yamezungukwa na nyua za kijani. Mandhari haya yalinikumbusha mengi yaliyokuwa yamefumbwa na zile kuta za kijivu dufu za jela.

Tulizungumza habari za jamaa wengine wa familia, na Dave akaniuliza kuhusu wafungwa wenzetu niliowaacha gerezani. Niliangalia gazeti la siku hiyo. Katika ukurasa wa nyuma, kulikuwa na ripoti ya kufikirisha iliyochukua nusu ya ukurasa pamoja na picha ya mwalimu mmoja kutoka Nakuru aliyekuwa amehukumiwa kufungwa miaka minne siku iliyotangulia, kwa kupatikana na maandishi ya uchochezi.

Msisimko wa baridi kali ulinikumba na nikahisi naugua. Hakuna mabadiliko yoyote. Miaka mitatu iliyopita, siku kama hii, nilikuwa nimehukumiwa kifungo kama hicho na kwa shtaka kama hilo. Hii ilimaanisha kwamba ule msako wa kuwaangamiza wapinzani wa serikali bado ulikuwa unaendelea. Papo hapo, nilitambua kuwa, nilikuwa nimeacha jela ndogo na kujitumbukiza katika jela kubwa ya ulimwenguni ulio nje mwa jela. Bila kumjulisha yeyote, niliamua kwamba ningekimbilia ugenini mara tu nikimaliza kufanya mawasiliano yaliyohitajika. Wenzetu wengi walikuwa wamekimbilia nchi za Scandinavia na ningejiunga nao huko.

Sasa tuliingia katika barabara ya kwenda Thika na, lazima nikiri, jambo moja lililonivutia sana ni wasichana warembo walioonekana mitaani; ilikuwa ni kama wasichana wote warembo walikuwa wameitwa kukusanyika ili kunifurahisha. Lilikuwa jambo la kusisimua baada ya kukaa kwa muda mrefu jinsi hiyo bila kumwona mwanamke au pengine ilikuwa kwa sababu ya mitindo mipya ya mavazi waliyovalia. Nilimnong'onezea dadangu jambo hili na hapo akaangua kicheko cha furaha.

Kituo chetu cha kwanza kilikuwa kwenye hoteli ya Safari Park ambapo Dave alijitolea kutununulia kinywaji. Kufikia wakati huu, uzito wa umuhimu wa kuwa huru ulianza kuniingia. Nilianza kuwaongoa kwa hadithi kuhusu maisha ya gerezani na kila mmoja alionekana kufurahi sana. Wakati wangu wa kwanza wa kuchanganyikiwa ulitokea pale mhudumu alipokuja kuchukua maagizo kutoka meza yetu. Waliniuliza niwe wa kwanza kuagiza.

"Mnayo supu ya aina yoyote?" Niliuliza na hapo wenzangu wakaangua kicheko, na kunifanya kukereka. Sikuelewa kwa nini walicheka, lakini nilifikiria kuwa singeweza kunywa chai baada ya miaka yote hiyo ya kulishwa chakula cha jela kilichovunda. Nilihitaji kula chakula kizuri bila kukawia. Yule mhudumu alisema chakula hakikuwa tayari.

"Nitakunywa bia basi," nikasema na kila mmoja aliafiki kuwa hilo lilikuwa wazo zuri. Wote waliagiza bia isipokuwa mamangu ambaye aliagiza chai. Nilipata hisia ya kushangaza nilipokuwa nikinywa ile bia chungu. Baada ya chupa mbili pekee, nilijisikia vizuri hata kuhisi nilikuwa nimeanza kulewa, ingawa niliona raha vilevile. Baada ya vinywaji, tulikwenda nyumbani kwa Dave katika mtaa wa garden Estate. Kupita Thika, nilipoangalia mahali nilikokulia kama mtoto, nilipata hisia nzito na hata nikaanza kuwa na dukuduku kuhusu kurudi kwangu nyumbani. Je, wanakijiji watakuwa na mwelekeo upi kunihusu na pia kufungwa kwangu kwa sababu ya maoni yangu ya kisiasa? Je, wangeniambaa au wangenikaribisha? Haikunichukua muda kupata jibu, na kwa mara ya pili siku hiyo, nililia.

Gari lilipofikia kilele cha mwinuko unaoishia kwenye ua wa nyumbani mwetu, nilishangaa kuona umati wa watu karibu na lango. Gari lilipokaribia langoni, Dave alipiga honi kwa muda mrefu na watu wote wakashangilia kwa nderemo na furaha. Wote walilikimbilia gari, wanawake na watoto wakiwa mbele. Niliwaona viongozi kadhaa mashuhuri wa kijiji wakisimama nyuma ya umati na hapo nikaanza kushuku kuwepo kwao hapo. Kweli, wote wamekuja kuniona mimi? Haiwezekani. Lakini, nilikuwa nimekosea. Miguu yangu haikuwa imekanyaga chini nilipoanza kubebwa nakukumbatiwa na mama huyu kisha yule. Walinikumbatia kama mtoto wao aliyekuwa amepotea kwa muda mrefu, na baadhi yao walilia kwa furaha. Hata Chifu wa lokesheni yetu alikuwepo, lakini, nilishuku alikuwa amehudhuria katika wadhifa wake rasmi, kuhakikisha hakukuwa na siasa katika yale mapokezi.

Nilistaajabu jinsi watoto niliowaacha wakiwa wachanga, walivyokuwa wamefumka kwa haraka. Nusura hata nishindwe kuwatambua baadhi ya ndugu na dada zangu.Jinsi habari za kuwasili kwangu zilivyoenea ndivyo watu walivyoanza kumiminika kutoka kwenye kituo cha biashara kilichokuwa kilomita moja kutoka kwetu. Muda si mrefu nyumba yetu ilijaa watu pomoni. Chumba cha barazani, kilijaa kabisa. Mara kwa mara, nilikwenda pembeni nikiwa na rafiki au jamaa ili wanipashe habari za hivi punde kuhusu masuala muhimu huku sherehe zikiendelea hadi usiku mkuu. Kufikia saa sita usiku, ni kikundi kidogo cha jamaa wa karibu kilichokuwa kimebakia nyuma na tuliendelea kuelezana habari na pia kusimuliana yaliyokuwa yametutokea. Mzee Nguru wa Kari-Ichuhi alikuwa jirani yetu, mtu wa jamii yetu na marika na babangu. Alijitokeza na kuchukua nafasi ya kunieleza hadithi kuhusu kuzuiliwa kwake yapata miaka arobaini kabla, kule kwenye jela ya Hola, wakati wa vita vya Mau Mau vya kupigania uhuru. Nilianza kumwelewa vingine.

"Usijalishwe na kifungo chako. Haya ni mambo yawapatayo wanaume na tunakuonea fahari. Ulifungwa kwa sababu halali na wewe bado ni mwanetu." Aliniambia. Nilihisi nafuu ya kuwa na wathamini watu wale ambao, licha ya mpango mkubwa wa serikali wa kuwaogofya, na tishio la kufungwa wao, bado wangeweza kusimama na kunitambua kama shujaa wao. Ni mapokezi haya mazuri niliyofanyiwa niliporudi nyumbani ambayo yalinipa nguvu ya kuendelea na maisha, na kutupilia mbali mpango wangu wa kukimbilia ugenini. Ikiwa walitambua na kuthamini yote tuliyoyafanya, hiyo ndiyo idhini niliyohitaji, na niliapa kuwaunga mkono katika maisha yangu yote.

◆

Kimalizio

◆

Miezi miwili baada ya kutoka jela, niliamua kwamba nilikuwa nimepumzika vya kutosha na sasa nilipaswa kujaribu kuanza kujitafutia maisha tena. Rafiki yangu Murathe alinijulisha kwa rafikiye ambaye alikuwa Meneja Mkurugenzi wa kampuni ya habari ya Nation Media Group. Tulikaribishwa katika ofisi ya kifahari kwenye jengo la zamani la Nation ambapo, baada ya kuandaliwa chai na mazungumzo matamu, yule Meneja alitueleza masikitiko yake kwamba hangeweza kuniajiri kwani alikuwa ameonywa na maafisa wa serikali isiwaajiri waasi.

"Kwa hakika," alitufahamisha, "Kwa sasa nimo taabani baada ya kumwajiri tena Wahome Mutahi ambaye, baada ya kutoka jela, aliendelea kuikosoa serikali katika makala yake mashuhuri yaliyoitwa, "Whispers." "Hata tumewahi kujadiliwa bungeni na sasa tunashinikizwa kumwachisha kazi lakini tumedinda. Hata hivyo, tunahitaji kunyamaza kidogo na kungoja mambo yapoe kidogo kabla ya kufikiria ombi lako." Aliniambia. Kumbe! Bado tulikuwa tunaandamwa! Kwa wakati huo huo, wanafunzi wa hapo awali katika chuo kikuu wa kutoka nyumbani kwetu walikuwa wamekubaliana kunianzishia kioski ambacho ningefanyia biashara ili kuanza maisha tena. Ingawa walikuwa na nia njema, lile pendekezo liliniudhi kwa vile hakuna mtu aliyekuwa amenishauri kuhusu jambo hilo. Kwa maoni yangu, niliona kitu kama hicho kilishusha hadhi yangu. Kufanya biashara ya kioski lingekuwa chaguo langu la mwisho, niliapa. Nilijiahidi kuwa ningeinuka tena ili, miongoni mwa mengine, kumdhihirishia Moi na wenzake kuwa hawakufaulu kuuharibu utu wangu wala kunilazimisha kukimbilia ugenini ili kuyajenga upya maisha yangu.

Azima yangu ya kurejelea maisha upya ilitiliwa nguvu na makaribisho mema niliyofanyiwa na jamii yangu huko kijijini Gatura, na vile vile ugunduzi wangu kwamba nia ya kupingana na udikteta wa Moi haikuwa imekomeshwa na ule mpango wa kuwasaka na kuwaangamiza wapinzani. Niliamua kwenda Mombasa nilikoanzia kufanya kazi, ili kuanza upya. Nilimpigia simu rafiki niliyeishi naye, Gichigo, ambaye aliniambia nisafiri mara moja kwa basi. Badala yake, nilipewa lifti na rafiki yangu tuliyekua pamoja tangu utotoni, Kim Njuguna ambaye alikuwa dereva wa malori ya safari ndefu na tukawa na safari ya raha pamoja na vinywaji na viburudisho katika safari hiyo ya zaidi ya kilomita 400 kwenda Mombasa. Gichigo alikuwa na nyumba katika mtaa wa Mwembe Tayari na alinipa chumba ambapo niliishi pamoja na binamu yake.

Nilianza kuwatembelea marafiki wangu wa zamani wanahabari, lakini, bali na Kenneth Mwema aliyekuwa anasimamia gazeti la chama kilichokuwa kinatawala wakati huo, Kenya Times, wengine wote waliogopa hata kujihusisha nami hadharani. Mwema alijaribu kuniunganisha na Cornelius Nyamboki na Philip Ochieng aliyekuwa mhariri, lakini majibu yalikuwa ni yale yale: mambo yalikuwa yamechacha sasa na haikuwezekana kumwajiri mtu aliyehusishwa na Mwakenya, kikundi ambacho wafuasi wake walikuwa wanaendelea kuwindwa. Kisha Mwema akanipa wazo zuri.

"Kwa vile tuko mbali sana kutoka Nairobi, kwa nini usibuni jina la kupanga la bandia ambalo nitaanza kutumia kuchapisha makala yako? Niachie hayo mengine ya kiutawala."

Jioni hiyo, huku tukijiburudisha kwa bia katika baa iliyoitwa Roadside mtaani Majengo pamoja na Gichigo na marafiki wengine, tulijadili majina kadhaa ya kiislamu, miongoni mwao, mengine ya kihistoria, kama vile, Seyyid said, yule Sultani wa zamani wa Unguja. Nilichagua Sayyed Jaffer na nikalitumia kuingia tena katika taaluma yangu ya uanahabari.

Baada ya kuandika makala ya vichwa vya habari vikuu na makala mengi maalum, wahojaji wa kampuni ya habari ya Nation Group walifika Mombasa kuja kumwajiri Sayyed Jaffer, ambapo Mutegi Njau, mhariri wa habari aligundua ilikuwa ni mimi. Nilimweleza sababu ya kutumia jina bandia na kama ilivyokuwa tabia yake ya kutoogopa, akapuuzilia mbali hofu ya kampuni ya kumwajiri mtu aliyefungwa hapo awali kwa sababu ya kuwa mfuasi wa Mwakenya."Huo ni upuuzi mtupu," akasisitiza. Halafu akazungumza na Wagethi Mwangi, Meneja wa Uhariri na nikaalikwa kwa mahojiano ambayo nilikosa kwa sababu gari la moshi liliharibikia njiani, na hapo nikachelewa kwa saa nane.

Hatimaye nilipofika kwenye jengo la Nation House, George Mbugguss, Mhariri Mkuu, alinipeleka kwa Meneja Mkurugenzi, Bwana Njagi. Baada ya kuniuliza maswali machache kuhusu kufungwa kwangu, niliulizwa kuandika hadithi juu ya kuchelewa kwa gari moshi. Hiyo ndiyo iliyokuwa makala yangu ya kwanza kwa gazeti la Daily Nation. Lakini iwapo nilifikiri kuwa nilikuwa nimeachana kabisa na makachero wa Special Branch, nilikuwa nimejidanganya. Mbugguss aliniambia nirudi Mombasa kupata kibali kutoka kwa mkuu wa Idara ya Special Branch katika eneo hilo, Bwana Joe Kibatti, ili niweze kuajiriwa.

Furaha yangu kuhusu kazi ile iliyeyuka, na kwa mara nyingine, nilifikiria kurudi tena gerezani na kuachana na maisha haya ya kiwendawazimu. Rafiki yangu, mwanahabri mkuu, Francis Raymond alikubali kunisaidia kwa kuzungumza kwa niaba yangu na Bwana Kibatti, aliyesoma naye katika shule yenye fahari ya Mang'u High School. Mkutano wangu na Bwana Kibatti ulikwenda vyema bali na kunifahamisha bila mkazo, kwamba, kwa vile alikuwa amenisaidia, alitegemea mimi kuisaidia serikali kwa kuipa habari au fununu zozote muhimu ambazo ningezipata katika mazingira ya kazi yangu. Pendekezo hilo lilinikasirisha sana kwa vile lilitolewa kwa njia ya kumaanisha sasa ningekuwa jasusi wa serikali kwa kutumia cheo changu chenye hadhi na siri nyingi ambacho kila mwanahabari hujipatia kwa mujibu wa taaluma yake. Ilikuwa dhahiri kwamba yeye alichukulia kuwa nilikuwa tayari nimekata tamaa na nilikuwa tayari kutenda lolote kuipata na kuidumisha ile kazi.

"Bwana, mimi ni raia mwenye kuwajibika na nafahamu haki na majukumu yangu. Daima nimekuwa nikitenda lolote nililoliona lenye manufaa kwa nchi yangu na wala sio kwa malipo.Ikiwa kuna jambo ambalo nafikiri serikali inapaswa kujua, nimekuwa nikitoa habari kama hizo, bila malipo," nikamwambia. Kachero mmoja aliyezoea kuvaa viatu vya safari buti aliyepewa jukumu la kunichunguza aliendelea kunifuatafuata katika mabaa na kujaribu kufanya urafiki nami, lakini alikuwa mhafidhina kijamii na hangeweza kumvutia yeyote katika majadiliano ya aina yoyote. Hata hivyo nilipata nafasi ya kumkemea na kumwaibisha vilivyo kutokana na ila zake hizo pale aliponijia wakati wa sherehe za ufunguzi wa daraja la Kilifi iliyoendeshwa na Rais. Wakati huo, nilimkaripia hadharani kwa sauti ya juu.

Hakunikaribia tena. Pengine, kama mkuu wake angefahamu ningetokea kuwa mwanahabari wa namna gani, hangenipa kile kibali. Mara tu nilipoanza kazi yangu, nilitambua kuwa nilikuwa na fursa ya kuifanya serikali kuwa macho kupitia ripoti zangu zisizoegemea upande wowote na zilizoandikwa kwa ujasiri katika taaluma ambayo nilitokea kuifanya kwa zaidi ya mwongo mmoja u nusu. Kwa wakati huu, tuliizindua serikali kuhusu masuala tofauti ya kitaasisi na kuhusu viongozi binafsi kama vile unyakuzi wa ardhi, dawa za kulevya na ugaidi, huku tukibainisha udhaifu wa serikali iliyokuwa fisadi, mara nyingi tukifanikiwa katika juhudi hizo na mara kwa mara tukishindwa vibaya.

Wakati wa kipindi changu cha uanahabari kule Mombasa, nilipandishwa cheo kutoka kuwa ripota wa kujitegemea hadi kuwa Mhariri wa Habari katika Mkoa mzima wa Pwani wa Shirika la Habari la Nation Media Group. Katika kufanya kazi yangu hiyo, nilijipatia kiwango cha juu cha uwezo na ushawishi ambacho singeweza kukifikiria hapo awali na ambacho kiliniwezesha kushiriki katika mapambano ya kujenga demokrasia katika taifa la Kenya lililokosa utawala wa sheria, haki na usawa, lililojaa ukaidi, maonevu na dhuluma.

Kushiriki kwangu katika matukio ya siku hizo kulinifanya kuaminiwa na wote waliokuwa katika msitari wa mbele katika juhudi hizi za kubadilisha hali ya maisha ya watu wao kwa kufuata utaratibu wa kisiasa. Hali hii naifurahia mpaka leo kwa sababu ya kuendelea kushinikiza matakwa ya umma kupitia magazetini. Juhudi zangu pia zilinifanya kuwa na adui wengi kutoka katika utawala wa KANU ambao tuliwafichua na kubainisha vitendo vyao vya kiuhalifu, ufisadi na unyakuzi wa ardhi, na pia kutoka kwa wafanyibiashara wa dawa za kulevya na wahalifu wengine niliowafichua kupitia vyombo vya habari. Nililazimika kujificha mara nyingi kuepuka vitisho vyao, vilivyotolewa katika mikutano ya hadhara na pia katika mikutano ya usalama. Niliagizwa mara nyingi kufika kwenye ofisi za serikali na vituo vya polisi, na kutolewa vitisho juu ya maisha yangu ambavyo niliwaripotia polisi hao hao waliokuwa wakinitolea vitisho hivyo. Msukumo wangu daima ulikuwa ni kule kutambua kwamba ilikuwa muhimu kwa mtu fulani kufichua maovu haya ambayo yalifuja mali za taifa letu, tabia iliyoendelezwa na viongozi wazembe wa serikali ambao walitumia vyeo vyao kujinufaisha. Tajriba yangu gerezani iliniwezesha kufahamu mambo kwa undani kuhusu utendakazi wa taasisi za kiserikali, na kwa njia hiyo, kuelewa uhalisi wake. Ile tajriba niliyoipata katika jela, iliniondolea woga na hofu ya kufichua mabaya ya viongozi wa serikali na wanasiasa. Pengine huo ndio uliokuwa wakati muhimu sana katika maisha yangu na mchango wetu katika kuhimiza mabadiliko ya kisiasa kwa kubainisha uovu wa serikali iliyooza, ulitosha kufidia machungu na mateso tuliyopitia. Kwa bahati mbaya, uongozi wa kisiasa unaorudia njia mbovu za zamani unakuwa ni kikwazo kikubwa zaidi, hata katika karne ya 21.

Uchaguzi wa mwaka 2002 ulioondoa utawala wa Moi wa kidikteta, uliwaleta mahali pake viongozi wenye sera na itikadi tofauti za kisiasa. Wakenya walikuwa na matumaini tele na mimi binafsi nilijisikia kama nimetimiza lengo la maisha yangu. Ule ulionekana kuwa mwisho wa enzi moja na mwanzo wa nyingine. Ni jambo la kusikitisha sana kwamba hilo halikuwa — mazoea ya jadi ya ufisadi hayawezi kumalizika kwa haraka. Utaratibu wa kuhakikisha kuwa mema yaliyopatikana hayaharibiwi kutokana na woga na ulafi wa tabaka la wanasiasa, bado ni mzigo mkubwa kwa Wanakenya wapenda maendeleo.

Katiba mpya ndiyo njia bora zaidi ya kuimarisha manufaa hayo ya kisiasa; si ajabu kwamba kulikuwa na pingamizi kubwa dhidi ya katiba hii kutokana na viongozi wasiopenda mabadiliko katika taifa hili.

♦

MWISHO

♦

www.ingramcontent.com/pod-product-compliance
Lightning Source LLC
Chambersburg PA
CBHW071705040426
42446CB00011B/1915